കുട്ടികളുടെ നോവൽ
ആഫ്രിക്കൻ തുമ്പികൾ

കുട്ടികളുടെ നോവൽ
ആഫ്രിക്കൻ തുമ്പികൾ

ശ്രീജിത്ത് മൂത്തേടത്ത്

ഗ്രീൻ ബുക്സ്

green books private limited
gb building, civil lane road, ayyanthole,
thrissur- 680 003, kerala, ph: +91 487-2381066, 2381039
website: www.greenbooksindia.com
e-mail: info@greenbooksindia.com

malayalam
african thumpikal
children's novel
by
sreejith moothedath

first published april 2017
copyright reserved

cover design : rajesh chalode
illustrations : sreejith moothedath

branches:
thrissur 0487-2422515
palakkad 0491-2546162
thiruvananthapuram 0471-2335301
calicut 0495 4854662
kannur 0497-2763038

isbn : 978-93-86440-32-7

no part of this publication may be reproduced,
or transmitted in any form or by any means,
without prior written permission of the publisher

GBPL/906/2017

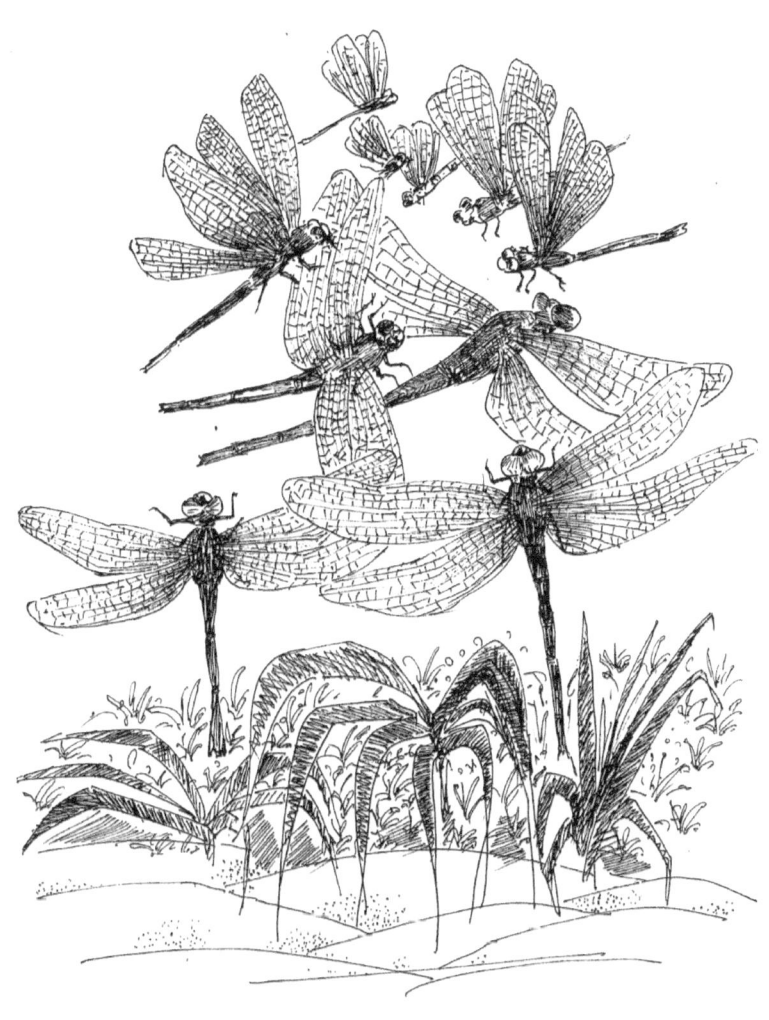

ഒന്ന്

ചക്കവെരട്ടി

"**അ**മ്മൂട്ട്യേ.. നീയ്യെന്തെടുക്ക്വാ അവിടെ?"

"ഞാൻ പഠിക്ക്വാ അമ്മേ.."

അമ്മുക്കുട്ടിയുടെ സ്കൂൾ വെക്കേഷൻ ആരംഭിച്ചിട്ട് ഒരാഴ്ചയേ ആയുള്ളൂ. മധ്യവേനലവധിയാണ്. രണ്ടുമാസമുണ്ട്. കളിച്ചു നടക്കാം. ഒന്നും പഠിക്കാനില്ല. സ്കൂളിൽ ടീച്ചർ ചീത്തപറയുമെന്ന പേടിവേണ്ട. ഗൃഹപാഠങ്ങൾ ചെയ്യേണ്ടതില്ല. വീടിന്നടുത്തെ കുട്ടികളുമായി കൂട്ടുകൂടാം, കളിക്കാം, രസിക്കാം. പക്ഷേ, അമ്മുക്കുട്ടിയുടെ കൂടെ പഠിക്കുന്ന അവളുടെ കൂട്ടുകാരൊക്കെ അവധിയാഘോഷിക്കാൻ ബന്ധുവീടുകളിൽ പോയിരിക്കയാണ്. അടുത്ത വീട്ടിലെ ആതിര എന്ന കുട്ടി മാത്രമേ എവിടെയും പോവാതുള്ളൂ. ആതിര കാലിന് അസുഖമുള്ള കുട്ടിയാണ്. ജന്മനാ ഒരു കാലിന് സ്വാധീനക്കുറവുണ്ട് ആ കുട്ടിക്ക്. ആതിരയ്ക്ക് മറ്റു കുട്ടികളുടെ കൂടെ ഓടിക്കളിക്കുവാനും ചാടിക്കളിക്കുവാനുമൊന്നും പറ്റില്ല. എങ്കിലും ആതിര അമ്മുക്കുട്ടിയുടെ നല്ല കൂട്ടുകാരിയാണ്. അവൾ നന്നായി ചിത്രം വരയ്ക്കും. ഈണത്തിൽ കവിതകൾ ചൊല്ലും. സ്കൂളിൽ കലോത്സവങ്ങളിൽ കവിതാപാരായണത്തിലും, ചിത്രരചനയിലും ആതിരയ്ക്കാണ് എപ്പോഴും ഒന്നാം സ്ഥാനം ലഭിക്കാറ്.

"അമ്മൂട്ട്യേ... നിനക്ക് വേണോ?"

"എന്താമ്മേ?"

"ഇവിടെ വാ... ഒരു കാര്യം കാണിച്ചുതരാം."

"ഇയ്യമ്മേടൊര് കാര്യം! സ്വസ്ഥായിരുന്നൊന്ന് വായിക്കാൻ സമ്മതിക്കില്ല."

പുസ്തകം അടച്ചുവച്ച് അമ്മുക്കുട്ടി അമ്മയുടെ അടുത്തേക്ക് ഓടിച്ചെന്നു.

"നീയ്യിത് കണ്ടോ?"

"ഹായ് ഇതിനാണോ വിളിച്ചത്? ഇത് നേരത്തെ പറേണ്ടേ? കണ്ടിറ്റ് കൊതിയാവ്ന്ന് വേഗം താ.."

''മോൾക്ക് വേണ്ട്യല്ലേ അമ്മയിത്ണ്ടാക്ക്യത്..''

അമ്മ കൊടുക്കുന്നതു കാത്തുനിൽക്കാതെ അമ്മുക്കുട്ടി ചക്കവരട്ടിയുടെ പാത്രം തട്ടിപ്പറിച്ചു കൈയിട്ടുവാരി വായിലേക്കിട്ടു.

''യ്യോ.. പൊള്ളുന്നൂ..''

അമ്മുക്കുട്ടി വായപൊത്തിപ്പിടിച്ചുകൊണ്ട് ചിണുങ്ങിച്ചാടി. അവൾക്ക് ഏറ്റവും ഇഷ്ടമുള്ള പലഹാരമാണ് ചക്കവരട്ടി. ശർക്കരയും നല്ല തേൻ മധുരമുള്ള ചക്കപ്പഴവും ചേർത്ത് ഉരുളിയിൽ വരട്ടിയെടുക്കുന്ന ചക്കവരട്ടി എത്രകഴിച്ചാലും അവൾക്കു മതിവരില്ല. മുറ്റത്തെ പ്ലാവിലെ ചക്കപ്പഴങ്ങൾ പാകമായി കിളികൾ കൊത്താൻ തുടങ്ങിയതുമുതൽ ചക്കപ്പഴത്തിന്റെ മണം അവിടമാകെ പരന്നുകഴിഞ്ഞിരുന്നു. അതിൽപ്പിന്നെ ദിവസവും പ്ലാവിന്നുചുവട്ടിൽ പോയി മണം മൂക്കിൽ വലിച്ചുകേറ്റി നുണച്ചിറക്കുകയാണ് അമ്മുക്കുട്ടിയുടെ പണി.

''ഈ നുണച്ചിയുടെ കൊതി മാറൂല്ലേ? കൊതിപിടിപ്പിച്ച് ബാക്കീള്ളോർടെ വയറും ചീത്ത്യാക്കൂല്ലോ കുട്ടി..''

അമ്മ അപ്പോഴൊക്കെ കളിയാക്കും.

''അമ്മേ.. ഈ ചക്കപ്പഴം കൊണ്ട് ചക്കവരട്ടിണ്ടാക്കിത്തര്വോ?''

അവൾ ചോദിക്കാൻ തുടങ്ങിയിട്ട് ദിവസങ്ങളായി.

''കൊതിപിടിച്ച് വാരിവലിച്ച് വായിലിട്ടിട്ടല്ലേ?''

ചൂടുള്ള ചക്കവരട്ടി വായിലിട്ടു പൊള്ളിയ അമ്മുക്കുട്ടിയെ അമ്മ കളിയാക്കി. അമ്മയോട് പിണങ്ങിയതുമാതിരി മുഖം വീർപ്പിച്ചിരുന്നുവെങ്കിലും അവൾ കുറച്ചു സമയത്തിനുള്ളിൽ അവൾക്കുകിട്ടിയ ചക്കവരട്ടി മുഴുവൻ കഴിച്ചുതീർത്തു. അവളുടെ സന്തോഷത്തിനതിരുണ്ടായിരുന്നില്ല.

''അമ്മേ.. എന്റെ പൊന്നു ചക്കരയമ്മേല്ലേ.. എന്റെ ചക്കവരട്ട്യമ്മേല്ലേ..''

അവൾ ചക്കവരട്ടി കഴിച്ച അതേ കൈകൾ കൊണ്ട് അമ്മയെ കെട്ടിപ്പിടിച്ച് മുഖത്ത് നല്ലൊരു ഉമ്മ കൊടുത്തു.

''ശ്ശോ.. ഈ പെണ്ണ് സാരീലും, മുഖത്തും, ഒക്കെ ചക്കവരട്ടി തേച്ചു. ഹൂം..''

അമ്മ ശുണ്ഠിപിടിച്ചമാതിരി അവളെ നോക്കി.

''അതിനെന്താ നല്ല മണംല്ലേ അമ്മേ?''

അവളുടെ കൊഞ്ചിക്കുഴഞ്ഞുകൊണ്ടുള്ള ചോദ്യം കേട്ട് അമ്മ ചിരിച്ചുപോയി.

''ഊം.. ഈ പെണ്ണിന്റ്യൊര് കൊഞ്ചല്.. അടുത്തകൊല്ലം ഒമ്പതാം ക്ലാസ്സിലാ കുട്ട്യാന്നൊന്നും ഓർമ്മയില്ല.''

''ചക്കവരട്ടിക്കെന്ത് ഒമ്പതാം ക്ലാസ് അമ്മേ?''

''മോൾക്ക് ഇനി വേണോ?''

അമ്മ കൊടുത്ത പാത്രത്തിൽ നിന്നും വീണ്ടുമവൾ കഴിച്ചുകൊണ്ടിരിക്കെ അമ്മ ചോദിച്ചു.

''മോൾക്ക് സ്കൂള് പൂട്ടീല്ലെ? പിന്നെന്താ പിന്നേം പുസ്തകോം എടുത്ത് പഠിക്കാനാണെന്നും പറഞ്ഞിരിക്കുന്നേ?''

''ഹോ! എല്ലാ അമ്മമാരും കുട്ട്യോള് കളിക്കുന്നത് കണ്ടാ പോയിരുന്ന് പുസ്തകം വായിക്കാനാ പറയ്യാ. ഈയമ്മ മാത്രാ ഇങ്ങനെ പോയി കളിച്ചൂടേ എന്ന് ചോദിക്ക്ന്നത്. വെറ്തല്ല അച്ഛൻ പറേന്നത് എന്നെ ചീത്ത്യാക്ക്ന്നത് അമ്മ്യാണെന്ന്.''

''ഹൂം.. വലിയ പഠിപ്പുകാരി മോളും, മോളുടൊര് അച്ഛനും. നീയ്യ് സ്കൂള് പൂട്ട്യാലെങ്കിലും കൊറച്ച് കളിച്ചോട്ടെന്ന് വിചാരിച്ചപ്പോ പെണ്ണിന് നെഗളിപ്പാ. ഇനി നീയ്യൊരിടത്തും കളിക്കാൻ പോണ്ട. ഇവിടിരുന്ന് പഠിച്ചാ മതി. അടുത്ത കൊല്ലം ഒമ്പതാം ക്ലാസ്സാ. ഓർമ്മ വേണം.''

''ഹൊ! അമ്മയ്ക്കറിയില്ലെ എനിക്ക് സ്കൂളു പൂട്ട്യ സമയത്ത് ചെയ്യാൻ ന്റെ മാഷ് ഒര് പ്രോജക്ട് തന്ന കാര്യം? അതിന്റെ കാര്യങ്ങള് ചെയ്യണ്ടേ? പുസ്തകങ്ങള് നോക്കണ്ടേ?''

അമ്മുവിനോട് ഒരിക്കൽപ്പോലും ഇതുവരെ അമ്മയ്ക്ക് പഠിക്കാൻ പറയേണ്ടിവന്നിട്ടില്ല. അവളുടെ സ്കൂളിൽ ഏറ്റവും നന്നായി പഠിക്കുന്ന വിദ്യാർത്ഥിനിയാണ് അമ്മു. വർഷ എന്നാണ് അവളുടെ ശരിയായ പേര്. പക്ഷേ, വീട്ടുകാർക്കും, കൂട്ടുകാരികൾക്കുമൊക്കെ അവൾ അമ്മുവും, സ്നേഹം കൂടുമ്പോൾ അമ്മുക്കുട്ടിയുമാണ്. വിദ്യാഭ്യാസവകുപ്പും, പുരാവസ്തുവകുപ്പും ചേർന്ന് വിവിധ സ്കൂളുകളിലെ വിദ്യാർത്ഥികളെയുപയോഗിച്ച് ഓരോ പ്രദേശത്തിന്റെയും പ്രാദേശിക ചരിത്രം രചിക്കാനുള്ള പുറപ്പാടിലാണ്. സ്കൂളിലെ ഏറ്റവും മിടുക്കിയായ കുട്ടിയായതിനാൽ അമ്മുവിനെയാണ് അവളുടെ വീട് സ്ഥിതിചെയ്യുന്ന വലിയങ്കരഗ്രാമത്തിന്റെ ചരിത്രം തയ്യാറാക്കാനായി നിയോഗിച്ചിരിക്കുന്നത്. നാട്ടിൻപുറത്തുനിന്നുതന്നെ യോഗ്യനായ ഒരു ഗൈഡിനെ കണ്ടെത്തി, പ്രദേശത്തിന്റെ ചരിത്രം തയ്യാറാക്കി, അടുത്ത മാസം ജില്ലാ വിദ്യാഭ്യാസ ഓഫീസ് ഹാളിൽ വച്ചു നടക്കുന്ന ചടങ്ങിൽ അവതരിപ്പിക്കണം. ഏറ്റവും നല്ല പ്രാദേശിക ചരിത്ര രചനയ്ക്ക് സമ്മാനമുണ്ട്. സമ്മാനം താൻതന്നെ വാങ്ങുമെന്ന് ഉറപ്പിച്ചിരിക്കയാണ് അമ്മുക്കുട്ടി.

''അമ്മേ ദീപു എപ്പഴാ വരാ?''

അമ്മുക്കുട്ടിയുടെ മാമന്റ മകനാണ് ദീപു. ഒരേ പ്രായക്കാർ. മധ്യവേനലവധിക്കാലങ്ങളിൽ ദീപു അമ്മുവിന്റെ വീട്ടിൽ വിരുന്നു താമസത്തിനെത്താറുണ്ട്. ദീപു വന്നാൽ പിന്നെ അമ്മുക്കുട്ടിക്ക് സ്വർഗ്ഗത്തിലെത്തിയ മാതിരിയാണ്. എപ്പൊഴും കളിയും ചിരിയും പാട്ടും കൂത്തുമൊക്കെ ത്തന്നെ.

''ഊം.. ഇനി അവൻകൂടെ വന്നിട്ടുവേണം നിനക്ക് തലകുത്തി മറിയാൻ. ഒരു കാര്യം ഓർത്തോണം. പഴയപോലെ ചെറിയ കുട്ട്യോന്നല്ല നീയ്യ്.''

വലിയ പെൺകുട്ടിയായെന്നുള്ള ഓർമ്മപ്പെടുത്തൽ അമ്മ ഈയിടെ ഇടയ്ക്കിടെ പതിവാണ്. പകുതി കളിയായും, പകുതി കാര്യമായും പറയുന്നതുപോലെയാണ് അമ്മ പറയുക. അമ്മു നല്ല കാര്യ ഗൗരവമുള്ള കുട്ടിയാണെന്ന് അമ്മയ്ക്കറിയാം. എങ്കിലും അവളുടെ കുട്ടിക്കളി കാണുമ്പോൾ അവർക്ക് ചിലപ്പോൾ ആധിയാണ്.

''അല്ലമ്മേ, അവൻ വന്നിട്ടുവേണം ഞങ്ങൾക്കൊരുമിച്ച് പ്രാദേശിക ചരിത്രരചനയ്ക്കിറങ്ങാൻ. ഞങ്ങൾ ഒരുമിച്ചാണത് ചെയ്യാൻ പോകുന്നത്.''

''ആണോ? എന്നാൽ നന്നായി. അവൻ ഇന്നു വൈകിട്ടു വരും. നിന്റെയച്ഛൻ അവനെ കൂട്ടിക്കൊണ്ടുവരാൻ മാമന്റെ വീട്ടിൽ പോയിരിക്കാ.''

''ങ്ങേ? ഇന്ന് വര്വോ? എന്നാൽ വേഗം ആ ചക്കവരട്ടികൂടിങ്ങ് താ അമ്മേ. ദീപു വന്നാൽ എനിക്കു പിന്നെ കുറച്ചേ കിട്ടൂ.''

''ഒരു കൊതിച്ചിപ്പാറു.''

അമ്മയുടെ കളിയാക്കൽ ഗൗനിക്കാതെ അമ്മുക്കുട്ടി വീണ്ടും ചക്കവരട്ടി കഴിക്കാൻ തുടങ്ങി. സാധാരണ അവളുടെ പ്രായമുള്ള കുട്ടികൾക്കൊക്കെ ഇപ്പോൾ പ്രിയം ചക്കയെയും, മാങ്ങയെയുംകാളൊക്കെ ബേക്കറി പലഹാരങ്ങളിലും, ഫാസ്റ്റ് ഫുഡ്ഡിലുമൊക്കെയാണ്. പക്ഷേ, അമ്മുക്കുട്ടിക്ക് ചക്കയും മാങ്ങയും, മറ്റു നാട്ടുഫലങ്ങളുമൊക്കെയാണിഷ്ടം. പ്രകൃതിയോടും മണ്ണിനോടും ജീവജാലങ്ങളോടും അവൾ എന്തെന്നില്ലാത്ത മമത കാണിക്കുന്നുണ്ട്. അവളുടെ ഈയൊരു താത്പര്യം കൂടെ കണക്കിലെടുത്താണ് സ്കൂളിലെ ചരിത്രാദ്ധ്യാപകൻ അവളെ പ്രാദേശിക ചരിത്രരചനയ്ക്കായി നിയോഗിച്ചത്. അവൾക്ക് ഭംഗിയായി അതു ചെയ്യാൻ കഴിയുമെന്ന് അദ്ധ്യാപകന് ബോധ്യമുണ്ടായിരിക്കണം. കഴിഞ്ഞ വർഷത്തെ സാമൂഹികശാസ്ത്രമേളയിൽ പ്രാദേശിക ചരിത്ര രചനയിൽ ഒന്നാം സ്ഥാനം നേടിയതും അമ്മുവായായിരുന്നു.

''വർഷയ്ക്കിതു ചെയ്യാൻ പറ്റും. വീട്ടുകാരെയോ, കൂട്ടുകാരെയോ ആരെ വേണമെങ്കിലും കൂടെക്കൂട്ടാം. നാട്ടിൻപുറത്തുള്ള മുതിർന്ന ആരെയെങ്കിലും ഗൈഡായി കണ്ടെത്തിക്കോളൂ. ഞാനും സഹായിക്കാം.''

അദ്ധ്യാപകൻ അവളെ പ്രോത്സാഹിപ്പിച്ചു. വലിയങ്കര ഗ്രാമത്തിന് അതിനുമാത്രമായി എന്തു ചരിത്രമാണുള്ളത്? വെറുമൊരു കുഗ്രാമമാണിത്. മുമ്പൊരിക്കൽ സ്കൂളിലെ സാമൂഹികശാസ്ത്രമേളയ്ക്കുവേണ്ടി പ്രാദേശിക ചരിത്രരചനയ്ക്കായി ഒന്നു ശ്രമിച്ചു നോക്കിയതായിരുന്നു. പക്ഷേ, അന്ന് ഒരു സ്വാതന്ത്ര്യ സമരസേനാനിയേയോ, മറ്റേതെങ്കിലും ചരിത്രപുരുഷൻമാരെയോ നാട്ടിലെവിടെയും കണ്ടെത്താൻ കഴിഞ്ഞിരുന്നില്ല. സ്വാതന്ത്ര്യസമരം എന്നത് അവർ കേട്ടിട്ടുപോലുമില്ലയെന്ന

മട്ടാണവർക്ക്. പിന്നെന്തു ചരിത്രമെഴുതാൻ? അവൾക്ക് ആകെ അങ്കലാപ്പാ യിരുന്നു. പക്ഷേ, അദ്ധ്യാപകൻ ചരിത്രരചനയെക്കുറിച്ച് അവൾക്ക് പുതി യൊരു ആശയം പകർന്നുകൊടുത്തു.

"സ്വാതന്ത്ര്യസമരത്തിലോ മറ്റോ പങ്കെടുത്തില്ലെങ്കിലും, വർഷയുടെ വലിയങ്കരഗ്രാമത്തിനും ഒരു ചരിത്രമുണ്ടാകും. സ്വന്തമായി ചരിത്ര മില്ലാത്ത ഒരു പ്രദേശവുമില്ല. ആ പ്രദേശത്ത് ഏതു കാലംമുതലാണ് മനുഷ്യരുടെ സ്ഥിരവാസമുണ്ടായിരുന്നത്? എന്തായിരുന്നു അവരുടെ തൊഴിൽ? അവർ ഏതുതരത്തിലുള്ള വീടായിരുന്നു നിർമ്മിച്ചിരുന്നത്? തുടങ്ങി കലാസാംസ്കാരിക പാരമ്പര്യങ്ങൾ വരെ ചരിത്രത്തിന്റെ ഭാഗ മാണ്. വർഷയൊന്ന് അന്വേഷിച്ചുനോക്കൂ. വർഷയ്ക്കതു സാധിക്കും. എനിക്കതു തീർച്ചയാണ്."

അവളുടെ കഴിവിൽ അവളുടെ അദ്ധ്യാപകന് വലിയ പ്രതീക്ഷയാ യിരുന്നു.

"അമ്മേ.. ദീപു വരാറായോ?"

ഏറെ നേരമായി വഴിയിലേക്കു കണ്ണുനട്ടിരുന്നു കാത്തിരുന്നു മടുത്ത അവൾ അക്ഷമയോടെ അമ്മയോട് ചോദിച്ചു.

രണ്ട്

പാപ്പിലേ മച്ചാഓൺ

ദീപു വന്നതിൽപ്പിന്നെ അമ്മുക്കുട്ടി വലിയ സന്തോഷത്തിലാണ്. അവനെക്കാണിച്ചുകൊടുക്കാൻ ഒരുപാടുകാര്യങ്ങളുണ്ടായിരുന്നു അവൾക്ക്. സ്കൂളിലെ ഫിലാറ്റലി ക്ലബ്ബിനുവേണ്ടി തയ്യാറാക്കിയ സ്റ്റാമ്പ് കളക്ഷൻ, വിവിധ രാജ്യങ്ങളുടെ നാണയങ്ങൾ, പുസ്തകത്തിൽ വിരിയാൻ വച്ച മയിൽപ്പീലി, മുറ്റത്തെ ചുവന്ന പൂവിടുന്ന ചെമ്പരത്തിച്ചെടിയിൽ അവൾ ബഡ്ഡ് ചെയ്തു പിടിപ്പിച്ച മഞ്ഞച്ചെമ്പരത്തിക്കൊമ്പിൽ പൂവിരിഞ്ഞത്, സ്കൂളിൽ ശാസ്ത്രമേളയോടനുബന്ധിച്ചുണ്ടാക്കിയ പോളിഹൗസ്ഫാമിംഗിൽ അവളുടേതായ പരീക്ഷണം, അതിനകത്തു വിളഞ്ഞ പച്ചക്കറികൾ, അവൾതന്നെ തയ്യാറാക്കിയ മണ്ണിര കമ്പോസ്റ്റ് സംവിധാനം. അങ്ങനെയങ്ങനെ പലതും.

''എന്റയമ്മൂ നീയവനൊന്ന് സൈ്വര്യം കൊടുക്ക്. ദൂരയാത്രകഴിഞ്ഞു വന്നതല്ലെ അവൻ? അവനു ക്ഷീണമുണ്ടാവില്ലേ?''

അച്ഛൻ ശാസിക്കുന്നതു കേട്ടപ്പോൾ സങ്കടം വന്നുവെങ്കിലും അമ്മുക്കുട്ടി ദീപുവിനെ വസ്ത്രം മാറാനും, കുളിക്കുവാനും, ചായകുടിക്കുവാനായുമൊക്കെ വിട്ടു. ദീപുവിനും അമ്മുക്കുട്ടിയുടെ കാഴ്ചകൾ കാണാനായിരുന്നു ഇഷ്ടം. അവനും സ്കൂളടയ്ക്കാൻ കാത്തിരിക്കുകയായിരുന്നു അമ്മുവിന്റെ വീട്ടിലേക്കു വരാൻ. കഴിഞ്ഞ ഓണാവധിക്ക് രണ്ടുദിവസം വന്നു താമസിച്ചതായിരുന്നു അവൻ. ക്രിസ്മസ് പരീക്ഷ അവധിക്കു ശേഷമായിരുന്നതിനാൽ വരാൻ പറ്റിയില്ല. ഏറെ നാളുകൾക്കു ശേഷം അമ്മുവിനെ കണ്ടതിന്റെ സന്തോഷം അവന്റെ മുഖത്തും പ്രകടമായിരുന്നു.

ദീപുവും അടുത്ത വർഷം ഒമ്പതാംതരത്തിലേക്കാണ്. സാധാരണ എട്ടുകഴിഞ്ഞ് ഒമ്പതിലേക്കു പാസ്സാവുന്ന കുട്ടികൾ വേനലവധിക്കുതന്നെ ട്യൂഷൻ ആരംഭിക്കാറാണ് പതിവ്. പക്ഷേ, അമ്മുവിന്റെയും, ദീപുവിന്റെയും കാര്യത്തിൽ അവരുടെ മാതാപിതാക്കൾക്ക് ഒരു ഭയവുമുണ്ടായിരുന്നില്ല. ട്യൂഷനൊന്നും പോയില്ലെങ്കിലും രണ്ടുപേരും നന്നായി പഠിക്കുമെന്ന് അവർക്കുറപ്പുണ്ടായിരുന്നു. അദ്ധ്യാപകർക്ക് ഇവരെക്കുറിച്ച് നല്ല

അഭിപ്രായമാണ് ഉണ്ടായിരുന്നത്. കൂടാതെ അമ്മുവിന് ചെയ്യാനുള്ള ചരിത്രാന്വേഷണത്തിൽ ഏറ്റവും കൂടുതൽ സഹായിക്കുവാൻ കഴിയുക ദീപുവിനായിരിക്കും എന്നും, മറ്റേതെങ്കിലും കുട്ടികളുടെ കൂടെ കൂടുന്നതിലും നല്ലത് ദീപുവിനോടൊപ്പം കൂട്ടുകൂടുന്നതായിരിക്കുമെന്നതും, ദീപുവിന്റെ സ്വഭാവശുദ്ധിയിൽ പൂർണ്ണവിശ്വാസമുണ്ടായിരുന്ന അമ്മുവിന്റെ അച്ഛൻ കരുതി.

''ദേ... വന്നല്ലോ സുന്ദരക്കുട്ടൻ!''

ദീപു കുളികഴിഞ്ഞ്, വസ്ത്രം മാറി, ഭക്ഷണം കഴിഞ്ഞെത്തിയപ്പോൾ അമ്മു കളിയാക്കി. അവളുടെ അച്ഛന്റെ മുന്നിൽവച്ച് അവളങ്ങനെ പറഞ്ഞപ്പോൾ ചെറിയൊരു ചമ്മൽ അവനും തോന്നിയെങ്കിലും, പുറത്തുകാട്ടാതെ ദീപു പറഞ്ഞു.

''അമ്മുക്കുട്ടി മാത്രേ എന്നെ സുന്ദരൻന്ന് വിളിക്കാൻ ബാക്കീണ്ടാർന്നുള്ളൂ. ഇപ്പതുമായി. സമാധാനായി. ഇന്നിനി സമാധാനായി ഒറങ്ങാം.''

''അല്ലേല് നീയ്യ് സമാധാനായല്ലേ ഒറങ്ങാറ്?''

അമ്മു വിടാനുള്ള ഭാവംണ്ടായിരുന്നില്ല. രംഗം തണുപ്പിക്കാനായെന്നോണം അച്ഛനിടപെട്ടു.

''വേണ്ട. ഇനീപ്പോ അതിന്റെ പേരില് രണ്ടാളും തല്ലുകൂടണ്ട. സുന്ദരനാണ്വോ, സുന്ദരിയാണോന്നൊക്കെ ഞങ്ങള് തീരുമാനിച്ചോളാം.''

''ങ്ഃാ.''

അച്ഛന്റെ മുഖത്തേക്കു നോക്കി ഒരു ഗോഷ്ഠി കാണിച്ച് അമ്മു അകത്തേക്കുപോയി.

''ദീപം... ദീപം... സന്ധ്യാ ദീപം...''

അമ്മ നിലവിളക്കുമായി കോലായയിലേക്കെത്തിയിരുന്നു.

''വേഗം വാ.. രണ്ടാളും കൂടെ കാലും, മുഖവും കഴുകി നാമം ജപിച്ചാട്ടെ.''

വിളക്കുവച്ചു തൊഴുതശേഷം അമ്മ ഇരുവരെയും നാമം ജപിക്കാനായി വിളിച്ചു. രണ്ടുപേരും അനുസരണയുള്ള കുട്ടികളായി ശരീരശുദ്ധി വരുത്തി ഈശ്വരനാമം ജപിച്ചു.

''ബാക്കി കാര്യങ്ങളൊക്കെ നാളെ. ഇന്ന് മുഴുവൻ യാത്ര ചെയ്തതിന്റെ നല്ല ക്ഷീണംണ്ട്. ഇന്ന് നമുക്ക് നന്നായി ഉറങ്ങാം.''

അമ്മുവിന് എതിർപ്പുണ്ടായിരുന്നുവെങ്കിലും, അച്ഛൻ പറഞ്ഞതനുസരിച്ച് അവൾ വേഗംതന്നെ ഭക്ഷണം കഴിച്ച് ഉറങ്ങാൻ കിടന്നു. നാളെ ചെയ്യുവാനുള്ള കാര്യങ്ങളായിരുന്നു മനസ്സുനിറയെ. ദീപുവിനോട് ചരിത്രരചനയുടെ വിശദാംശങ്ങൾ സംസാരിക്കണം. എങ്ങനെ ചെയ്യണം എന്നതിനെക്കുറിച്ച് ഒരു രൂപരേഖ തയ്യാറാക്കണം. പറ്റുമെങ്കിൽ ഒരു ഗൈഡിനെ നാളെത്തന്നെ കണ്ടെത്തണം. ആലോചിച്ചാലോചിച്ച് അവൾ ഉറങ്ങിപ്പോയി.

ഉറക്കത്തിൽ അമ്മു അസാധാരണമായൊരു സ്വപ്നം കണ്ടു. മുറ്റത്തെ കോളാമ്പിപ്പൂവിൽ വന്നിരുന്നൊരു പൂമ്പാറ്റയെ നിരീക്ഷിച്ചിരിക്കുകയായിരുന്നു അമ്മുവും, ദീപുവും. പൂമ്പാറ്റയുടെ ശാസ്ത്രീയനാമം എന്തെന്നതിനെക്കുറിച്ചായിരുന്നു അപ്പോൾ ദീപു സംസാരിച്ചുകൊണ്ടിരുന്നത്. 'റോപാലോ സിറ' എന്നാണെന്നും, അല്ല 'പാപ്പിലോ നോയിഡിയ' ആണെന്നും, അതുമല്ല 'പാപ്പിലേ മച്ചാഓൺ' ആണെന്നുമൊക്കെ ദീപു മാറിമാറിപ്പറഞ്ഞുകൊണ്ടിരിക്കുന്നുണ്ട്.

വളരെ സുന്ദരിയായ പൂമ്പാറ്റയായതിനാൽ അത് ഒരു പൂർണ്ണവളർച്ചയെത്തിയ പൂമ്പാറ്റയായിരിക്കുമെന്നും പൂർണ്ണവളർച്ചയെത്തുമ്പോൾ മാത്രമേ പൂമ്പാറ്റകൾക്ക് അവയുടെ നിറങ്ങളുടെ തിളക്കം മുഴുവനായും ലഭിക്കുകയുള്ളൂവെന്നുമൊക്കെ അവ്യക്തമായ സ്വരത്തിൽ ദീപു പറഞ്ഞുകൊണ്ടിരിക്കുമ്പോൾ അമ്മുക്കുട്ടി പൂമ്പാറ്റയുടെ ചിറകിലെ ഒരു നീലപ്പുള്ളിയിൽ കണ്ണുടക്കിയിരിക്കുകയായിരുന്നു. നോക്കിയിരിക്കെ ആ നീലപ്പുള്ളി വലുതായി വന്നു. പൂമ്പാറ്റയുടെ ചിറകും, പൂമ്പാറ്റയും ഒപ്പം വലുതായിവന്നു. പൊടുന്നനെ പൂമ്പാറ്റ പൂവിൽ നിന്നും പറന്നുയർന്നു. ഒരു പക്ഷിയുടെ വലിപ്പമുണ്ടായിരുന്നു അതിനപ്പോൾ.

''പോവല്ലേ.. പോവല്ലേ..'' യെന്നു നിലവിളിച്ച് അമ്മു അതിന്റെ പിന്നാലെയോടി.

ഇപ്പോൾ ദീപു അവളുടെ കൂടെയില്ല. വീട്ടുതൊടിയും കഴിഞ്ഞ് അവൾ നാട്ടിടവഴിയിലൂടെ പൂമ്പാറ്റയ്ക്കു പിന്നാലെ ഓടുകയാണ്. ഓടിയോടി ഒരു കൊടുങ്കാടിന്റെയോരത്തുകൂടെയാണവളിപ്പോൾ ഓടുന്നത്. പൂമ്പാറ്റയുടെ വലിപ്പം കൂടിക്കൂടിവന്ന്, വലിയ ഗരുഡനെപ്പോലെയായിരിക്കുന്നു. അമ്മുവിനു പിന്നാലെയാണിപ്പോൾ പൂമ്പാറ്റ പറക്കുന്നത്. അതിൽ നിന്നും രക്ഷനേടാനായവൾ നിലവിളിച്ചുകൊണ്ടോടുന്നു.

''ദേ.. ഈവഴി വരൂ.. ഈവഴിവരൂ...''

വഴി രണ്ടായിപ്പിരിയുന്നിടത്തുവച്ച് ആരോ അവളെ വിളിക്കുന്നുണ്ട്. പക്ഷേ, എന്തോ, അമ്മുവിന് മറുവശത്തെ വഴിയിലൂടെയോടാനായിരുന്നു തോന്നിയത്. കുത്തനെയുള്ള ഇറക്കമായിരുന്നു ആ വഴി. അണച്ചുകൊണ്ട് അവൾ ഓടിയെത്തിയത് വലിയൊരു മണൽപ്പരപ്പിലായിരുന്നു. മരുഭൂമിയിലേതുപോലുള്ള മണൽപ്പരപ്പ്. പക്ഷേ, ദൂരെനിന്നും കടലിന്റെയിരമ്പം കേൾക്കാം. പുഴയിൽ നിന്നുള്ളതുപോലെയുള്ള ഒരിളം തണുപ്പുള്ള കാറ്റും. നോക്കിനിൽക്കെ ഒരുവശത്തുനിന്നും കടൽ ആർത്തലച്ചുകൊണ്ട് കുതിച്ചുവന്നു. മറുവശത്തുനിന്നൊരു പുഴയും. ഭീമാകാരനായ പൂമ്പാറ്റയുടെ ചിറകിലെ നീലപ്പുള്ളി കടലിന്റെ നീലിമയിലലിഞ്ഞുപോയി. ഇപ്പോൾ പൂമ്പാറ്റയില്ല. കടലും പുഴയുമേയുള്ളൂ. കടലും, പുഴയും ഒന്നിച്ചുവന്നു തന്നെയൊഴുക്കിക്കൊണ്ടുപോകുമെന്നയവസ്ഥ വന്നപ്പോൾ അമ്മുക്കുട്ടി ഉറക്കെ നിലവിളിച്ചു. നിലവിളിച്ചുകൊണ്ട് ഞെട്ടിയെഴുന്നേൽക്കുമ്പോൾ പരിഭ്രാന്തരായി അമ്മയും, അച്ഛനും അവളെ സമാധാനിപ്പിക്കുകയായിരുന്നു.

“എന്തുപറ്റി മോളേ?”

അമ്മയുടെ ചോദ്യം കേട്ടപ്പോഴേ അതൊരു സ്വപ്നമായിരുന്നുവെന്ന് അമ്മുക്കുട്ടിക്ക് മനസ്സിലായുള്ളൂ.

“എന്തോ സ്വപ്നം കണ്ടു പേടിച്ചു.”

അവൾ നാണിച്ചുകൊണ്ടുപറഞ്ഞു.

“സാരമില്ല. പ്രാർത്ഥിച്ചുകൊണ്ടു കിടന്നോളൂ..”

അവളുടെ ശരീരം അപ്പോഴും നേരിയതോതിൽ വിറയ്ക്കുന്നുണ്ടായിരുന്നു. വസ്ത്രങ്ങൾ വിയർപ്പിനാൽ നനഞ്ഞിരുന്നു. അമ്മ അവളെ കെട്ടിപ്പിടിച്ചു കിടന്നു.

“അമ്മേ.. സ്വപ്നം കണ്ടകാര്യം നാളെ ദീപുവിനോട് പറയല്ലേ..”

സ്വപ്നം കണ്ടു പേടിച്ചകാര്യം അറിഞ്ഞാൽ ദീപു കളിയാക്കിച്ചിരിക്കും. അതായിരുന്നു അപ്പോൾ അവളുടെ ആശങ്ക.

“സാരല്ല്യ. എന്റെ മോള് ഇപ്പൊ ഒറങ്ങിക്കോ..”

അമ്മ ചിരിച്ചുകൊണ്ട് അവളെ ചേർത്തുപിടിച്ചു. അമ്മയുടെ കഴുത്തിലേക്ക് മുഖം പൂഴ്ത്തി അവൾ ഉറങ്ങാൻ ശ്രമിച്ചു.

മൂന്ന്

സിർർർ...റാ...

"നീയ്യിന്നലെയെന്തോ ഒറക്കത്തുകണ്ടു പേടിച്ചൂന്നു കേട്ടല്ലോ?"

അടുത്ത ദിവസം, ദീപുവിന്റെ ചോദ്യത്തിന് അമ്മു മറുപടിയൊന്നും പറഞ്ഞില്ല. അവളുടെ കവിളുകൾ നാണം കൊണ്ടു ചുവന്നിരുന്നു. ദുഃസ്വപ്നങ്ങൾ കാണുന്ന പതിവ് അമ്മുക്കുട്ടിക്കുണ്ടെന്നും, അവൾ ഉറക്കത്തിൽ ഉറക്കെ നിലവിളിക്കാറുള്ളതും ദീപുവിനറിയാം. മുമ്പൊക്കെ ആ കാര്യം പറഞ്ഞ് അവനവളെ കളിയാക്കാറുണ്ടായിരുന്നു. അപ്പോഴൊക്കെ അവർ തമ്മിൽ വഴക്കുകൂടുകയും, പരസ്പരം പോരടിക്കുകയും ചെയ്യാറുണ്ടായിരുന്നു. സംഘർഷം നിയന്ത്രണാതീതമാവുമ്പോൾ അമ്മയോ, അച്ഛനോ ഇടപെട്ടാലേ പരിഹാരമുണ്ടാവാറുള്ളൂ. ഇപ്പോൾ പക്ഷേ, അമ്മുക്കുട്ടി മുതിർന്നൊരു പെൺകുട്ടിയായി എന്ന് അവൾക്കുതന്നെ ബോധ്യമുണ്ട്. പഴയ കുറുമ്പിക്കുട്ടിയെപ്പോലെ അടക്കമില്ലാതെ പെരുമാറാൻ പാടില്ലെന്നവൾക്കറിയാം. എന്തൊക്കെ നിയന്ത്രണങ്ങൾ സ്വയം പാലിക്കണം എന്ന് അമ്മ അവൾക്ക് പറഞ്ഞുകൊടുത്തിട്ടുണ്ട്.

"നമ്മൾക്ക് പോവേണ്ടത് ദാ ആ വഴിയാണ്. കൊറച്ചൂടിയേ ഉള്ളൂ. പ്രകാശൻമാഷ് വീട്ടിത്തന്നെ ഇണ്ടായാ മതിയായിരുന്നു."

വിഷയം മാറ്റാൻ മിനക്കെട്ടുകൊണ്ട് അമ്മു പറഞ്ഞു. ചെറിയ ക്ലാസ്സുകളിൽ അമ്മുവിനെ കണക്കും, ഇംഗ്ലീഷും പഠിപ്പിച്ചിരുന്ന ട്യൂഷൻ മാസ്റ്ററായിരുന്ന, ഇപ്പോൾ പുരാവസ്തു വകുപ്പിന്റെ ചുമർച്ചിത്രകലാ മ്യൂസിയത്തിൽ കൺസർവേറ്ററായി ജോലിചെയ്യുന്ന പ്രകാശൻ മാസ്റ്ററെ പോയിക്കാണാൻ നിർദ്ദേശിച്ചത് അമ്മുവിന്റെ അച്ഛനാണ്. പ്രാദേശിക ചരിത്ര രചനയെക്കുറിച്ച് വേണ്ട നിർദ്ദേശങ്ങൾ നൽകാൻ മാസ്റ്റർക്ക് സാധിക്കും. മാസ്റ്റർ സമ്മതിക്കുകയാണെങ്കിൽ ഗൈഡായും അദ്ദേഹത്തിന്റെ സേവനം തേടാൻ അവർ ആഗ്രഹിച്ചിരുന്നു.

"ദാ നോക്കിനടക്ക്.. ഞാൻ കൈപിടിക്കാം. ദാ.. ഇങ്ങനെ.."

അവർ നടന്നുകൊണ്ടിരുന്ന നാട്ടുവയൽവഴിക്കു കുറുകെയുണ്ടായിരുന്ന ചെറിയ തോട് ചാടിക്കടക്കാൻ പറ്റാതെ വിഷമിച്ചു നിന്ന അമ്മുവിനെ ദീപു പ്രോത്സാഹിപ്പിച്ചു. അമ്മുവിന് തോട് ചാടിക്കടക്കാൻ പേടിതോന്നി.

ദീപുവിന്റെ മുന്നിൽ വീഴുമോ എന്നായിരുന്നു പേടി. അങ്ങനെയെങ്കിൽ അവന് കളിയാക്കാൻ പുതിയ കാരണം കിട്ടും. അവന് എന്തെങ്കിലും കിട്ടിയാൽ മതി. ഇന്നലത്തെ പേടിസ്വപ്നത്തിന്റെ കാര്യത്തിൽ നിന്നും കഷ്ടിച്ച് രക്ഷപ്പെട്ടതേയുള്ളൂ.

''ഊം.. ചാട്.. വീഴുവാണെങ്കിൽ ഞാൻ പിടിക്കാം. വാ.. എന്റെ കൈയിൽ മുറുക്കെ പിടിച്ചോ..''

ആ ചെറുതോടിന്റെ ഇരുകരകളിലേക്കും കാലുകൾ കവച്ചുവച്ചു കൊണ്ട് ദീപു അമ്മുക്കുട്ടിയെ ഒരുവിധത്തിൽ കൈപിടിച്ച് തോട്ടിന്നക്കരെ കടത്തി.

''ചെറ്താരുന്നപ്പോൾ നിനക്കിത്ര പേടിയൊന്നും ണ്ടാര്ന്നില്ലല്ലോ? ഇപ്പെന്താ ഇങ്ങനെ പേടി?''

ദീപു അമ്മുക്കുട്ടിയെ കളിയാക്കി. ചെറുപ്പത്തിൽ ദീപുവിനെക്കാൾ കൂടുതൽ വേഗത്തിൽ വയലിലൂടെ ഓടിയിരുന്നതും, തോടുകൾ ചാടി ക്കടന്നിരുന്നതും അമ്മുവായിരുന്നു.

''സ്ർർർറാ.... എന്നെ പിടിക്കാൻ പറ്റ്വെങ്കിൽ പിടിച്ചോ.. സ്ർർർറാ...''

ദീപുവിനെ കളിയാക്കിക്കൊണ്ട് ഒരു പൂമ്പാറ്റയെപ്പോലെ പാടത്തും, പറമ്പിലുമൊക്കെ അമ്മുക്കുട്ടി ഓടുമായിരുന്നു. ഓട്ടത്തിലും, ചാട്ടത്തിലു മൊക്കെ സ്കൂളിലെ മത്സരങ്ങളിലും സമ്മാനങ്ങൾ വാങ്ങിയിരുന്ന അമ്മു വിനെ ഓടിച്ചിട്ട് പിടിക്കാൻ ദീപുവിനൊരിക്കലും പറ്റിയിരുന്നില്ല. ആ അമ്മു ക്കുട്ടിയാണിപ്പോൾ മുതിർന്നപ്പോൾ മെലിഞ്ഞൊരു തോട് ചാടിക്കടക്കാൻ ദീപുവിന്റെ സഹായം തേടുന്നത്.

അവർ ചെല്ലുമ്പോൾ പ്രകാശൻ മാസ്റ്റർ എങ്ങോട്ടോ പോകാനായി മുണ്ടും ഷർട്ടുമൊക്കെയിട്ട് തയ്യാറായി നിൽക്കുകയായിരുന്നു. അമ്മുക്കുട്ടി മാഷുടെ പ്രിയങ്കരിയായ ശിഷ്യയായിരുന്നതിനാൽ മാസ്റ്റർ യാത്രയുടെ തിരക്കുകൾ കുറച്ചുസമയത്തേക്ക് മാറ്റിവച്ച് അവരിരുവരെയും സ്വീക രണമുറിയിലേക്ക് ക്ഷണിച്ചിരുത്തി.

''വർഷമോള് നന്നായി പഠിക്കുന്നില്ലേ? എന്തായിപ്പോ മക്കള് വന്നേ?''

സ്നേഹത്തോടെ മാഷ് ചോദിച്ചു. അമ്മുക്കുട്ടിയെ മാഷ് വർഷമോളെ ന്നാണ് പണ്ടുമുതലേ വിളിക്കാറ്. ഇരുവരും ചേർന്ന് അവരുടെ വരവിന്റെ ഉദ്ദേശ്യം വിവരിച്ചു. മാഷ് അവർ പറയുന്നതൊക്കെ ശ്രദ്ധയോടെ കേട്ടു. ഇടയ്ക്കിടെ മാഷുടെ മുഖം സന്തോഷത്തോടെ വികസിക്കുകയും, പൊടു ന്നനെ ചിന്തയിലേക്കാണ്ട്, നെറ്റി ചുളിക്കുകയും ചെയ്തുകൊണ്ടിരുന്നു. എല്ലാം വിശദമായി കേട്ടുകഴിഞ്ഞപ്പോൾ മാഷ് പറഞ്ഞു.

''നന്നായി വർഷമോളേ. നീയിത് ഏറ്റെടുത്തത് നന്നായി. നിനക്കിത് ചെയ്യാൻ കഴിയും. മാത്രമല്ല, ഈയൊരു ഗവേഷണം നീ ചെയ്യുന്നത് നിന്റെ പഠനത്തിനേയും, ഭാവിയേയും വളരെയധികം സഹായിക്കും.''

''സാറ് ഞങ്ങളെ സഹായിക്കണം. ഗൈഡായിട്ട് മാഷ് ഇണ്ടാ വണംന്നാ ഞങ്ങളുടെ ആഗ്രഹം.''

ഭവ്യതയോടെ അമ്മുവും, ദീപുവും ഒന്നിച്ചു പറഞ്ഞപ്പോൾ മാഷ് സന്തോഷത്തോടെ സമ്മതിച്ചു.

"തീർച്ചയായും. വർഷമോള് ഒരു കാര്യം പറഞ്ഞാൽ എങ്ങനെയാ ഞാനത് പറ്റില്ലാന്ന് പറയ്യ്യാ? ഇപ്പോഴത്തെ കുട്ടികളൊന്നും ഇങ്ങനത്തെ ആവശ്യങ്ങളുമായി എൻ്റടുത്ത് വരാറില്ല. മക്കള് വന്നത് എനിക്ക് വളരെ സന്തോഷായി. ഞാൻ ഏതായാലും ഒരു മാസം ഇവിടുണ്ടാവും. ആ സമയം പൂർണ്ണമായും നിങ്ങളുടെ കൂടെയുണ്ടാവാൻ ശ്രമിക്കാം. എനിക്കുകൂടെ താത്പര്യമുള്ള വിഷയമാണ് നിങ്ങൾ പറഞ്ഞത്. നമുക്കൊരുമിച്ച് ഇതങ്ങ് ചെയ്യാംന്നേ."

പ്രകാശൻ മാഷ് ഗൈഡായി നിൽക്കാമെന്നു സമ്മതിച്ചപ്പോൾത്തന്നെ ചരിത്രമെഴുത്ത് പകുതി വിജയിച്ചതായി തോന്നി അമ്മുവിന്. അവൾ സന്തോഷത്തോടെ ദീപുവിൻ്റെ കൈയിൽ പിടിച്ചു ഞെക്കി.

"ഏതായാലും നമ്മൾക്ക് നാളെമുതൽ അന്വേഷണം തുടങ്ങാം. ഏതൊക്കെ പ്രദേശങ്ങൾ വേണം നമുക്ക് പരിഗണിക്കുവാൻ, അതിൻ്റെ അതിർത്തികൾ എങ്ങനെയായിരിക്കണം, എന്തൊക്കെ കാര്യങ്ങൾ ഉൾപ്പെടുത്തണം തുടങ്ങി ഒരു രൂപരേഖ നമുക്ക് തയ്യാറാക്കണം. ഇന്ന് രാത്രി ഞാനതു ശരിയാക്കിവെക്കാം. നിങ്ങൾക്ക് പറ്റുന്നതുപോലെ നിങ്ങളും ഒന്നു തയ്യാറാക്കൂ. ചിലപ്പോൾ എന്നേക്കാളും കൂടുതൽ നിങ്ങൾക്ക് ഈ വിഷയത്തിൽ ധാരണയുണ്ടാവും. കാരണം, നിങ്ങൾ പഠിക്കുന്ന കുട്ടികളല്ലേ. ഞാനാണെങ്കിൽ പഠിപ്പൊക്കെ എന്നോ അവസാനിപ്പിച്ച് ജോലിചെയ്യുന്നൊരാളും. ഇന്ന് എനിക്ക് മുൻകൂട്ടി നിശ്ചയിച്ച പ്രകാരം ചില യാത്രകളുണ്ട്. എന്താ അങ്ങനെ പോരേ?"

ദീപുവും, അമ്മുവും സമ്മതത്തോടെ തലകുലുക്കി. മാഷോട് യാത്ര പറഞ്ഞ്, അവർ തിരിച്ചു വീട്ടിലെത്തുമ്പോഴേക്കും അമ്മുവിൻ്റെയച്ഛൻ അവൾ ആവശ്യപ്പെട്ടതനുസരിച്ച് വില്ലേജ് ഓഫീസിൽ നിന്നും ബി.ടി. രജിസ്റ്ററിൻ്റെ കോപ്പികൾ എടുത്തുകൊണ്ടുവന്നിരുന്നു. അവരുടെ വീടുൾപ്പെടുന്ന ഗ്രാമത്തിലെ സ്ഥലങ്ങളുടെ ഉടമസ്ഥാവകാശവും, വിനി യോഗവും മനസ്സിലാക്കുന്നതിനായിരുന്നു അത്. സ്കൂളിലെ ചരിത്രാ ദ്ധ്യാപകനായ സാബുസാർ ഈ ഗവേഷണ ദൗത്യം അവളെയേല്പി ക്കുമ്പോൾ അവൾക്കു നൽകിയ നിർദ്ദേശങ്ങളിലൊന്ന് വില്ലേജ് ഓഫീ സിലെ ബി.ടി. രജിസ്റ്റർ പരിശോധിച്ച്, ചരിത്ര ഗവേഷണം ചെയ്യാനുദ്ദേശി ക്കുന്ന സ്ഥലത്തിൻ്റെ ഭൂപരിധി നിശ്ചയിക്കുകയും, ആ സ്ഥലങ്ങളുടെ ഉടമസ്ഥർ ആരൊക്കെയായിരുന്നുവെന്നു മനസ്സിലാക്കുവാനും ഒക്കെയായി രുന്നു.

അമ്മുവും ദീപുവും അച്ഛൻ കൊണ്ടുവന്ന രേഖകൾ തിരിച്ചും, മറിച്ചും അവർക്കറിയും വിധം പരിശോധിച്ചു.

"നമ്മൾക്ക് പടിഞ്ഞാറേ തോടിനും, കിഴക്കേ പുഴയ്ക്കും ഇടയിലുള്ള സ്ഥലം നമ്മുടെ ചരിത്ര ഗവേഷണത്തിനായി എടുക്കാംല്ലേ?"

വില്ലേജ് ഓഫീസിൽ നിന്നും ലഭിച്ച ആ വില്ലേജിന്റെ പ്രാദേശിക ഭൂപടം പരിശോധിച്ച് ദീപു പറഞ്ഞു.

“എടാ.. അത് തോടല്ല. റോഡാണ്. കണ്ടില്ലേ, ചുവന്ന കട്ടിയുള്ള വര ടാർ ചെയ്ത റോഡിനെയാ സൂചിപ്പിക്കുന്നതെന്ന് ഈ ഭൂപടത്തിലെ സൂചനയിലുണ്ട്.”

ദീപു ഇളിഭ്യനായതുപോലെ ചിരിച്ചു. സ്കൂളിലെ സാമൂഹ്യശാസ്ത്ര പാഠപുസ്തകത്തിൽ അവനത് പഠിക്കുന്നുമുണ്ട്.

“ആ.. റോഡെങ്കിൽ റോഡ്. ഈ റോഡിനും, പുഴയ്ക്കും ഇടയിലുള്ള സ്ഥലത്തിന്റെ ചരിത്രം അന്വേഷിച്ചാൽ പോരേ നമുക്ക്?”

“ഊം.. ശരി.”

അമ്മുക്കുട്ടി സമ്മതിച്ചു. അച്ഛന്റെ സഹായത്തോടെ അവർ ചരിത്രാന്വേഷണത്തിനുള്ള ഒരു ഏകദേശ രൂപരേഖ തയ്യാറാക്കി.

“നാളെ പ്രകാശൻ മാഷ് ഇതു കാണുമ്പോൾ ഞെട്ടണം. നമ്മള് ചില്ലറക്കാരല്ലെന്ന് മാഷ്ക്ക് മനസ്സിലാവണം.”

ദീപു പറഞ്ഞു.

“ഡാ മണ്ടാ, അങ്ങനെ പെട്ടെന്ന് ഞെട്ടുന്നയാളൊന്നുമല്ല പ്രകാശൻ മാഷ്. നല്ല വിവരമുള്ള മനുഷ്യനാ. പോരാത്തതിന് മനഃശാസ്ത്രവും പഠിച്ചിട്ടുണ്ട്. നീയ്യ് മനസ്സിൽ വിചാരിക്കുന്നതുപോലും മനസ്സിലാക്കാനുള്ള കഴിവ് മാഷ്ക്കുണ്ട്. നിനക്കറിയ്യോ, രാവിലെ നീയ്യ് മാഷുടെ മുന്നിൽവച്ച് എന്തു ചിന്തിച്ചുവെന്നുപോലും മാഷ്ക്ക് മനസ്സിലായിട്ടുണ്ടാവും.”

ദീപു ആകെ ചൂളിപ്പോയി. രാവിലെ മാഷ് തിരക്കുപിടിച്ച് എങ്ങോട്ടൊക്കെയോ യാത്രചെയ്യാനുണ്ട് എന്നൊക്കെ പറഞ്ഞപ്പോൾ, ഓ... ഒരു വലിയ തിരക്കുകാരൻ എന്നൊക്കെ ചിന്തിച്ചുപോയിരുന്നു അവൻ. അതൊക്കെ മാഷക്ക് മനസ്സിലായിട്ടുണ്ടാവുമോ ആവോ? ഹേയ്.. അങ്ങനെയൊന്നുമുണ്ടാവില്ല. അവൻ സ്വയം സമാധാനിക്കാൻ ശ്രമിച്ചു. അവരുടെ ചെറു വഴക്കിൽ അച്ഛൻ ഇടപെട്ടു.

“ഓ.. ഇനി അതും പറഞ്ഞ് രണ്ടാളും കൂടെ തല്ലുകൂടണ്ട. വേഗം പോയി ഭക്ഷണം കഴിക്ക്. എന്നിട്ടുവേണം നമുക്കൊന്ന് ടൗൺവരെ പോകാൻ. എഴുതാനും, വരയ്ക്കാനുമൊക്കെയുള്ള പേപ്പറുകളും, പേനയും, പെൻസിലും, സ്കെയിലുമൊക്കെ വാങ്ങിവെക്കേണ്ടേ? വേഗം റെഡിയാവ്. പറ്റുമെങ്കിൽ നമുക്കൊരു സിനിമയ്ക്കും കയറാം.”

“സിനിമയോ?”

ദീപുവിന് സന്തോഷം അടക്കിവെക്കാനായില്ല. സിനിമയുടെ കാര്യം കേട്ടതോടെ ബാക്കിയെല്ലാം മാറ്റിവച്ച് ഇരുവരും കാലും, കൈയും, മുഖവും കഴുകി ഭക്ഷണം കഴിക്കാനിരുന്നു.

നാല്
പച്ചക്കറിത്തോട്ടം

നഗരത്തിലെ തിയേറ്ററിൽ നിന്നും സിനിമയൊക്കെ കണ്ട്, സാധനങ്ങൾ വാങ്ങി, തിരിച്ചെത്തുമ്പോഴേക്കും രാത്രിയായിരുന്നു. നല്ല ക്ഷീണമുണ്ടായിരുന്നതിനാൽ എല്ലാവരും വേഗം ഉറങ്ങിപ്പോയി അമ്മുക്കുട്ടി ഇന്നും ഒരു സ്വപ്നം കണ്ടു. ഇന്നലെക്കണ്ട സ്വപ്നത്തിന്റെ തുടർച്ചപോലെയായിരുന്നു അത്.

തിരയടങ്ങിയ കടൽത്തീരം ശാന്തമായിരുന്നു. പുഴയും. ആകാശം നല്ല തെളിമയാർന്ന് ഇളം നീലനിറത്തിൽ കാണപ്പെട്ടു. പഞ്ഞിക്കെട്ടുകൾ ഞാത്തിയിട്ടതുപോലെയോ, കരിയിലകൾ കൂട്ടിയിട്ടു കത്തിക്കുമ്പോളുയരുന്ന വെളുത്ത പുക ഉജാലമുക്കിയതുപോലെ ഒന്നുകൂടെ തെളിമയാർന്ന് നീലാകാശത്ത് ഒഴുകി നടക്കുന്നതുപോലെയോ അവൾക്ക് തോന്നി. കടലിലേക്ക് നോക്കിയിരിക്കുകയാണ് അമ്മു. ശാന്തമായി, ദുർബ്ബലമായ ചെറു തിരമാലകൾ ചേർന്ന്, ചിലമ്പിട്ട പെണ്ണുങ്ങളെപ്പോലെ കലപില ശബ്ദമുണ്ടാക്കി, പുഴയെ കടലിലേക്ക് ആനയിച്ചു കൊണ്ടുപോകുന്നത് നോക്കിക്കൊണ്ട് അവൾ സ്വയംമറന്നിരുന്നു.

പൊടുന്നനെയാണ് കടലിന്റെ വിദൂരതയിൽ നിന്നും ഒരുകൂട്ടം പക്ഷികൾ പറന്നുവരുന്നതും, അടുത്തെത്തുന്തോറും അവ ചെറുതായി ചെറുതായിവന്ന് തുമ്പികളായി പരിണമിക്കുന്നതും അവൾ കണ്ടത്. തുമ്പികളുടെ ചിറകുകൾ അതിമനോഹരമായിരുന്നു. ആകാശത്തെ നീല നിറവും മേഘങ്ങളുടെ വെൺമയും മഴവിൽ രാജിയും അവയിൽ പ്രതിഫലിക്കുന്നതുപോലെ തോന്നിച്ചു.

"തുമ്പികൾ... തുമ്പികൾ..."

അമ്മുക്കുട്ടി ആർത്തുവിളിച്ചു. തുമ്പികൾക്ക് അവളെ ഭയമുണ്ടായിരുന്നില്ല. അവ അവളുടെ രണ്ടായി മെടഞ്ഞിട്ട തലമുടിയിലും, മുടികെട്ടിയ റിബണിലും, പുള്ളിയുടുപ്പിലുമൊക്കെ വന്നിരുന്നു. അവൾ കൈയെത്തിച്ച് പിടിക്കാൻ നോക്കവെ അവ പറന്നുയർന്നു. വീണ്ടും പഴയ സ്ഥാനത്തു തന്നെ വന്നിരുന്നു. അവളോട് കാതിൽ എന്തൊക്കെയോ രഹസ്യങ്ങൾ

പറയാനെന്നതുപോലെ അവ കാതിനു ചുറ്റും പറന്നു. കഴുത്തിലും, കാതിലും, കവിളിലും, അവയുടെ ചിറകുകൾ തട്ടിയപ്പോൾ അമ്മുവിന് ഇക്കിളിവന്നു. അവൾ കുടുകുടാ ചിരിക്കാൻ തുടങ്ങി.

ഉറക്കത്തിൽ സന്തോഷത്തോടെ ചിരിക്കുന്ന മകളെ അമ്മ ചേർത്തു പിടിച്ചു കിടന്നു. അമ്മയുടെ മാറിലേക്ക് മുഖം പൂഴ്ത്തിക്കിടന്ന് അവൾ ചിരിച്ചുകൊണ്ടുറങ്ങി. അമ്മ വാത്സല്യത്തോടെ മകളുടെ നെറ്റിയിലൊരുമ്മ കൊടുത്ത് നേർത്തശബ്ദത്തിൽ ഒരു താരാട്ടുമൂളി.

അടുത്ത ദിവസം കാലത്തുതന്നെ അമ്മുക്കുട്ടിയും ദീപുവും പ്രകാശൻ മാസ്റ്ററുടെ വീട്ടിലേക്കു പോയി. തലേദിവസം വാങ്ങിയ കട ലാസുകളും, മറ്റ് എഴുത്തു സാമഗ്രികളും ഒപ്പം കരുതിയിരുന്നു.

"ആഹാ! നിങ്ങൾ നേരത്തെ വന്നോ? നന്നായി."

അവർ കയറിച്ചെല്ലുമ്പോൾ മാഷ് തൊടിയിലെ കയ്പച്ചെടികൾക്കും പയർ ചെടികൾക്കും വെണ്ടച്ചെടികൾക്കുമൊക്കെ നനയ്ക്കുകയായി രുന്നു.

"ചെറിയതോതിലൊരു കൃഷി... വർഷയ്ക്ക് വീട്ടിൽ കൃഷിയൊക്കെ യുണ്ടോ?"

"ഹേയ്.. കാര്യമായൊന്നൂല്ല്യ. അമ്മയുടെ അടുക്കളത്തോട്ടത്തിൽ കുറച്ച് പയറും, പച്ചമുളകും, വഴുതിനങ്ങയുമൊക്കെയുണ്ടെന്നു മാത്രം. ദാ ഇവന്റെ വീട്ടിൽ ധാരാളം കൃഷിയുണ്ട്. വാഴയും, പച്ചക്കറികളുമൊക്കെ ഒരുപാട് സ്ഥലത്ത് കൃഷിചെയ്യുന്നുണ്ട്. ഇവന്റെയച്ഛൻ ഒരു നല്ല കൃഷി ക്കാരനാ."

ദീപുവിനെ ചൂണ്ടി അമ്മുക്കുട്ടി പറഞ്ഞപ്പോൾ മാഷ് അവനെ അഭി നന്ദിച്ചു.

"ആണോ? നല്ലത്. മണ്ണിൽ പണിയെടുത്ത് വിളയിക്കുന്നവരാണ് യഥാർത്ഥ മനുഷ്യർ. അവരിലാണ് ഏറ്റവും കൂടുതൽ മനുഷ്യത്വമുണ്ടാ വുക. ചരിത്രം നിങ്ങൾ പഠിച്ചിട്ടുണ്ടാവുമല്ലോ? മണ്ണിൽ കൃഷിചെയ്യാൻ തുടങ്ങിയതു മുതലാണ് മനുഷ്യൻ മൃഗങ്ങളിൽ നിന്നും വ്യത്യസ്തനായി മാറിയതും, അവനിൽ സംസ്കാരമുടലെടുത്തതും."

അമ്മുവും ദീപുവും മാഷ് പറയുന്നത് ശ്രദ്ധിച്ചു കേട്ടു. ദീപുവിന് അവന്റെ അച്ഛനിൽ അഭിമാനം തോന്നി. അമ്മുവിന്റെ അച്ഛൻ വലിയ ഗവൺമെന്റ് ഉദ്യോഗസ്ഥനാണെന്നും, തന്റെ അച്ഛൻ വെറുമൊരു കൃഷി ക്കാരനാണെന്നുമുള്ളൊരു അപകർഷതാബോധം അവനുണ്ടായിരുന്നു. മാഷുടെ വാക്കുകൾ കേട്ടതോടെ അപകർഷത അഭിമാനത്തിനു വഴി മാറി.

"ഞാനൊന്നു കുളിച്ചിട്ടു വരാം. അതുവരെ നിങ്ങളിരിക്ക്. എന്നിട്ടു നമുക്ക് പുറത്തേക്കു പോകാം."

മാഷ് കുളിക്കാൻ പോയപ്പോൾ അമ്മുവും, ദീപുവും മാഷുടെ പച്ച

ക്കറിത്തോട്ടം നടന്നുകണ്ടു. ചെറിയതോതിലുള്ള കൃഷിയാണെന്നാണ് മാഷ് പറഞ്ഞതെങ്കിലും, അത്രത്തോളം ചെറുതല്ല ആ കൃഷിയിടമെന്ന് അവർക്ക് മനസ്സിലായി. വെണ്ടയും വഴുതിനയും തക്കാളിയുമൊക്കെയായി വളരെ വിശാലമായൊരു പച്ചക്കറിത്തോട്ടം. വെണ്ടയും വഴുതിനയും തക്കാളിയുമൊക്കെ കായ്ച്ചുതുടങ്ങിയിട്ടുണ്ട്. പല നിറങ്ങളിലും തരത്തിലുമുള്ള മുളകുകൾ ആ തോട്ടത്തിലുണ്ടായിരുന്നു. ഓരോ വിളകളും നീണ്ടു വ്യാപിച്ചു കിടക്കുകയാണ്. അവ വിളഞ്ഞുനിൽക്കുന്നതു കാണുവാൻതന്നെ എന്തൊരാനന്ദമാണ്? മാഷ് പറഞ്ഞത് ശരിയാണ്. മനുഷ്യമനസ്സ് കൂടുതൽ ആനന്ദിക്കാൻ തുടങ്ങിയതും സന്തോഷിക്കാൻ തുടങ്ങിയതും ചിന്തിക്കാൻ തുടങ്ങിയതുമൊക്കെ കൃഷിയോടുകൂടിയായിരിക്കും. സ്വന്തമായി നട്ടുനനച്ച് വിളകൾ വിളയിക്കുന്നതിൽപ്പരം മറ്റൊരാനന്ദം വേറെയെവിടെ കിട്ടാനാണ്? എന്തിലും ഏതിലും മാലിന്യങ്ങൾ മാത്രം നിറഞ്ഞുനിൽക്കുന്ന ഇന്നത്തെക്കാലത്ത് വിഷമില്ലാത്ത പച്ചക്കറി കൃഷിചെയ്യുകയെന്നത് ഒരു സാമൂഹികസേവനം കൂടിയാണ്.

"ങ്ഹാ! നിങ്ങളിപ്പോഴും ഇവിടെത്തന്നെ നിൽക്വാ? ഇരിക്കാൻ പറഞ്ഞതല്ലെ ഞാൻ?"

"ഏയ്.. വെറുതെ.. സാറിന്റെ പച്ചക്കറിത്തോട്ടം കണ്ടുനടന്ന് സമയം പോയതറിഞ്ഞില്ല. എത്ര ഭംഗിയായാണ് സാറ് ഈ വിളകളൊക്കെയൊരുക്കിയിരിക്കുന്നതെന്ന് ഞങ്ങൾ അദ്ഭുതപ്പെട്ടുപോയി. ഇത്രയും വലിയ കൃഷിയിടത്തെയാണോ സാറ് ചെറിയ തോട്ടം എന്നു പറഞ്ഞത്?"

മാഷുടെ മുഖം വിടർന്നു. കുട്ടികളുടെ പ്രശംസ അദ്ദേഹത്തെ സന്തോഷിപ്പിച്ചു. അതു മറച്ചുവെയ്ക്കാനും അദ്ദേഹം തയ്യാറായിരുന്നില്ല.

"ചെറിയത് എന്ന് ഞാൻ പറഞ്ഞത് നിങ്ങളുപറഞ്ഞതുപോലെ ദീപുവിന്റെ അച്ഛന്റെ പച്ചക്കറിത്തോട്ടത്തിന്റെയൊന്നും അത്ര വലിയ തോട്ടമല്ല എന്റേത് എന്നാണ്. നിങ്ങൾക്കിഷ്ടപ്പെട്ടോ?"

"ഞങ്ങൾക്ക് നന്നായിഷ്ടപ്പെട്ടു" എന്ന് പറഞ്ഞുകൊണ്ട് അമ്മുക്കുട്ടിയും, ദീപുവും കോലായയിലേക്ക് കയറിച്ചെന്നു. അവർ തലേദിവസം തയ്യാറാക്കിയ ചരിത്രാന്വേഷണത്തിനായുള്ള രൂപരേഖയും, അമ്മുവിന്റെയച്ഛൻ വില്ലേജ് ഓഫീസിൽ നിന്നും പകർത്തിക്കൊണ്ടുവന്ന ബി.ടി. രജിസ്റ്ററിന്റെ കോപ്പിയും വില്ലേജ് ഭൂപടവുമൊക്കെ മാസ്റ്റർക്ക് കാണിച്ചുകൊടുത്തു. മാസ്റ്റർ അതൊക്കെ ഒന്നോടിച്ചുനോക്കി.

"നിങ്ങൾ ഞാൻ വിചാരിച്ചതിലും മിടുക്കരാണല്ലോ! കുറേയധികം ജോലികൾ ഇതിനായി ചെയ്തിട്ടുണ്ടല്ലേ? ഇതൊക്കെ നമ്മുടെ ചരിത്രാന്വേഷണത്തിന് വളരെയധികം ഗുണം ചെയ്യും."

അമ്മുവും ദീപുവും അഭിമാനത്തോടെ പരസ്പരം നോക്കി.

"നമുക്ക് ഈ രേഖകളൊക്കെ വിശദമായി പിന്നീട് പരിശോധിക്കാം.

ഇന്ന് നമുക്കൊന്ന് വെറുതെ ചുറ്റിക്കറങ്ങാം. എവിടെനിന്നു തുടങ്ങണമെന്ന് എന്തെങ്കിലുമൊരാശയം കിട്ടിയാലോ? എന്താ നിങ്ങളുടെ അഭിപ്രായം?"

അവർക്ക് പൂർണ്ണ സമ്മതമായിരുന്നു. മാഷുടെ കൂടെ നാട്ടിൻപുറത്തുകൂടെ കാഴ്ചകൾ കണ്ടുനടക്കുന്നത് നല്ല രസമായിരിക്കും. ഓരോ കാര്യങ്ങളും മാഷ് നന്നായി വിശദീകരിച്ച് പരിചയപ്പെടുത്തിത്തരും. അമ്മുവിനതറിയാമായിരുന്നു. അവരിരുവരും ആവേശത്തോടെ മാഷുടെ കൂടെ നാടുചുറ്റാനിറങ്ങി. മാഷ് മുന്നിലും, കുട്ടികൾ പിന്നിലുമായി അവർ നടന്നു.

അഞ്ച്
ഗുഹ കണ്ടെത്തുന്നു

"ദാ, വർഷയ്ക്ക് ഈ ചെടിയെന്താണെന്നറിയാമോ?"
"ഓ. അറിയാമല്ലോ. കുറുന്തോട്ടിയല്ലേ?"
"അതെ. മിടുക്കി. ഇത് വലിയൊരൗഷധച്ചെടിയാണെന്നറിയാമോ?"
"ഊം.. വാതരോഗത്തിന് നല്ലതാണെന്ന് അച്ഛമ്മ പറഞ്ഞുകേട്ടിട്ടുണ്ട്." ദീപുവാണ് മറുപടി പറഞ്ഞത്.

"അതെ. കുറുന്തോട്ടിക്കും വാതമോ? എന്നൊരു ചൊല്ലുതന്നെയുണ്ട് നമ്മുടെ നാട്ടിൽ. പ്രഗല്ഭരായവർക്കും എന്തെങ്കിലും വിഷമം നേരിടുമ്പോഴാണത് ഉപയോഗിക്കാറ്."

"സാർ, ഈ വാതരോഗം വന്നാൽ ഒരിക്കലും സുഖമാവില്ലേ?"
"പിന്നെ, ആയുർവേദത്തിൽ നല്ല ചികിത്സയുണ്ടല്ലോ വാതരോഗത്തിന്. കുറുന്തോട്ടി വാതരോഗത്തിന് നല്ല ഔഷധമാണെന്ന് ഇപ്പോഴല്ലേ നമ്മൾ പറഞ്ഞത്?"

"അല്ല സർ, എന്റെ വീട്ടിന്നടുത്തുള്ള കുട്ടിക്ക് വാതരോഗമാണെന്നാ പറയുന്നത്. അവൾക്ക് നടക്കാൻ പറ്റില്ല. കാലുകൾ ശോഷിച്ചു പോയിരിക്കുന്നു. നന്നായി ചിത്രം വരക്കും അവൾ. നന്നായി കവിത ചൊല്ലുകയും ചെയ്യും."

"ഹേയ്.. എനിക്കറിയാം ആ കുട്ടിയെ. ആ കുട്ടിക്ക് വാതരോഗമൊന്നു മല്ല. മുമ്പൊരു പനിവന്നതിൽപ്പിന്നെയാണ് ആ കുട്ടിയങ്ങനെയായത്. എന്തെങ്കിലും നാഡീസംബന്ധിയായ അസുഖമായിരിക്കാം."

"നമുക്ക് ആ കുട്ടിയെക്കൂടെ നമ്മുടെ ചരിത്ര ഗവേഷണസംഘത്തിൽ ഉൾപ്പെടുത്താൻ പറ്റുമോ സാർ?"

"പിന്നെന്താ പറ്റാതെ? അവൾ നന്നായി ചിത്രം വരയ്ക്കുമെന്നല്ലേ പറഞ്ഞത്? നമുക്ക് ധാരാളം ഭൂപടങ്ങളും, ചിത്രങ്ങളുമൊക്കെ ഇതുമായി ബന്ധപ്പെട്ട് വരയ്ക്കാനുണ്ടാവും. അതൊക്കെ ആ കുട്ടിയെക്കൊണ്ട് വരപ്പിക്കാം."

"അതെ അതുനല്ല കാര്യമാണ്. അവൾ കളിക്കാൻ കൂട്ടുകാരികളാരുമില്ലാതെ വിഷമിച്ചിരിപ്പാണ്. ഞാൻ മാത്രമായിരുന്നു അവളോടൊപ്പം കളിക്കാനും സംസാരിക്കാനും പോവാറുണ്ടായിരുന്നത്. ഞാനിപ്പോൾ ഈ ചരിത്രത്തിന്റെ പിന്നാലെയായതിനാൽ അവൾ ഒറ്റയ്ക്കാവുമല്ലോയെന്നതായിരുന്നു വിഷമം."

അമ്മുക്കുട്ടി പറഞ്ഞപ്പോൾ പ്രകാശൻ സാറിന്റെ മനസ്സുലഞ്ഞുപോയി. അസുഖം ബാധിച്ച് അംഗവൈകല്യം സംഭവിച്ച കൂട്ടുകാരിയോട് ഈ കുട്ടികൾ എത്ര സഹാനുഭൂതിയോടെയാണ് പെരുമാറുന്നത് എന്നു കണ്ട് മാസ്റ്റർ വിസ്മയിച്ചു. ഈ കാലഘട്ടത്തിൽനിന്നും അന്യമായിക്കൊണ്ടിരിക്കുന്ന നന്മകൾ ഈ കുട്ടികൾ കാത്തുസൂക്ഷിക്കുന്നതിൽ അദ്ദേഹം അഭിമാനിച്ചു.

"ദാ.. ഇതിലെ. ഈ വഴിയിലൂടെയാണ് നമുക്ക് പോകേണ്ടത്. ഈ വഴിക്കു നടന്നാൽ എളുപ്പത്തിൽ തെക്കെപ്പറമ്പിലെത്താം. അവിടെ നമുക്ക് പ്രതീക്ഷ നൽകുന്നൊരു പുരാതന ഗുഹയുണ്ട്. മുമ്പ് പുരാവസ്തു വകുപ്പുകാർ വന്നു പരിശോധിച്ചതായിരുന്നു. മഹാശിലായുഗ സ്മാരകങ്ങളായ മുനിയറകളിൽ പെട്ടതാണോ എന്ന അന്വേഷണമായിരുന്നു. പക്ഷേ, അതല്ല എന്നു ബോധ്യപ്പെട്ടതിൽപ്പിന്നെ അവരുപേക്ഷിക്കുകയായിരുന്നു. എന്തൊക്കെയോ ഗുഹാചിത്രങ്ങളൊക്കെയുണ്ടെന്നു ചിലർ സംശയം പ്രകടിപ്പിച്ചു കേട്ടിരുന്നു. ഞാൻ ജോലിചെയ്യുന്ന ഡിപ്പാർട്ട്മെന്റിലെ ചില സുഹൃത്തുക്കളും ആ സംഘത്തിലുണ്ടായിരുന്നതുകൊണ്ടാണ് ആ വിവരങ്ങൾ ഞാനറിഞ്ഞത്. പുരാവസ്തുവകുപ്പ് അതിനു വലിയ പ്രാധാന്യമൊന്നും കൊടുത്തിട്ടില്ല. നമുക്കൊന്നു ചെന്നുനോക്കാം."

മാസ്റ്റർ പറയുന്നത് അമ്മുക്കുട്ടി അമ്പരപ്പോടെ കേട്ടു. ഈ കുഗ്രാമത്തിൽ ചരിത്രപ്രാധാന്യമുള്ളൊരു ഗുഹയോ? അതും ഈ തെക്കേപ്പറമ്പിൽ? ഇതേവരെ ആരും പറഞ്ഞുകേട്ടിട്ടില്ലല്ലോ! അപ്പോൾ ഇതിനു മുമ്പ് നടത്തിയ പ്രാദേശിക ചരിത്രാന്വേഷണത്തിൽ ലഭിക്കാത്ത എന്തൊക്കെയോ വിവരങ്ങൾ ഈ നാട്ടിലുണ്ട്. അന്വേഷണത്തിന് മാർഗ്ഗദർശിയായി പ്രകാശൻ സാറിനെ ലഭിച്ചതിൽ അവൾ ഒന്നുകൂടെ സന്തോഷിച്ചു. അവർ ഇടുങ്ങിയ ഇടവഴി താണ്ടി തെക്കെപ്പറമ്പിലേക്ക് കടന്നുകഴിഞ്ഞിരുന്നു. ധാരാളം പെരേലച്ചെടികളും, ഉപ്പിലച്ചെടികളുമൊക്കെ വളർന്നു കാടുപിടിച്ചു കിടക്കുകയാണ് തെക്കേപ്പറമ്പ്. കുറുക്കൻമാരുടെ താവളമാണിവിടമെന്നാണ് അമ്മ പറഞ്ഞുകേട്ടിട്ടുള്ളത്. രാത്രി മുസ്ലിം പള്ളിയിൽ ബാങ്ക് വിളിക്കുന്ന സമയത്ത് തെക്കെപ്പറമ്പിൽ നിന്നും കുറുക്കൻമാരുടെ ഓരിയിടൽ ശബ്ദം കേൾക്കാം.

"ഹൊ! ഇവിടെയാകെ കാടുപിടിച്ചു കിടക്കാണല്ലോ. ഇതിനുള്ളിലെങ്ങിന്യാ ഗുഹ കണ്ടെത്ത്വാ?"

ദീപുവിന്റെ ചോദ്യത്തിൽ നിരാശയും മടുപ്പുമുണ്ടായിരുന്നു. പ്രകാശൻ മാസ്റ്റർ ദീപുവിന്റെ പുറത്തു തലോടിയാശ്വസിപ്പിച്ചു.

"പേടിക്കേണ്ട. ദാ ആ കാണുന്ന കാട്ടുപൊന്തയ്ക്കപ്പുറമാണ് ഞാൻ പറഞ്ഞ ഗുഹയുള്ളത്. ദീപുവിന് പേടിയുണ്ടോ?"

"ഹേയ്. പേടിയൊന്നുമില്ല. കാട്ടിനുള്ളിൽ പാമ്പോ മറ്റോ ഇണ്ടാവോ ന്നൊരാശങ്ക."

"ഹി..ഹി..ഹീ... അവന് പേടിയില്ല. ആശങ്കയേയുള്ളു.."

അമ്മുക്കുട്ടി കളിയാക്കി. ദീപു ഒന്നും പ്രതികരിക്കാതെ മൗനം പാലിച്ചു. മാസ്റ്ററുടെ മുന്നിൽ വെച്ച് കളിയാക്കിയതിലുള്ള അമർഷം അവന്റെ മുഖത്തുണ്ട്. പ്രകാശൻ മാസ്റ്റർ വലിയൊരു ശീമക്കൊന്ന വടി ഒടിച്ചെടുത്ത് തൂപ്പുകളഞ്ഞ്, അറ്റം മുറിച്ച്, കാടുപിടിച്ചുകിടക്കുന്ന ചെടികൾ ഇരുവശത്തേക്കും വകഞ്ഞുമാറ്റി വഴിതെളിയിച്ച് മുന്നോട്ടു നീങ്ങുകയാണ്. മാസ്റ്റർ ഒരു പേനാക്കത്തി അരയിലെ തുകൽ ബെൽട്ടിൽ തിരുകിയിട്ടുണ്ട്. പുറത്തേക്കു കണ്ടാൽ ഒരു ചീർപ്പാണെന്നോ മറ്റോ തോന്നും വിധത്തിൽ മടക്കിവെയ്ക്കാവുന്നതായിരുന്നു ആ കത്തി. ദീപു ആ കത്തി കൗതുകത്തോടെ വീക്ഷിച്ചു. മാസ്റ്റർ വേഗത്തിലാണ് നടക്കുന്നത്. കുട്ടികൾ അദ്ദേഹത്തോടൊപ്പമെത്താൻ ബുദ്ധിമുട്ടി.

"ഈയ്യോ! പാമ്പ്."

ദീപു നിലവിളിച്ചു. അമ്മുക്കുട്ടിയും പ്രകാശൻ മാസ്റ്ററും പൊടുന്നനെ നിന്നു.

"ങ്ഹേ? പാമ്പോ? എവിടെ?"

പ്രകാശൻ മാസ്റ്റർ വടിയുമായി വന്നുനോക്കി. ദീപു പേടിച്ചു വിറച്ചുകൊണ്ട് കൈചൂണ്ടിയ ഭാഗത്തേക്ക് മാഷും, അമ്മുവും എത്തിനോക്കി.

"ദേ.. അവിടെ.."

ദീപു ചൂണ്ടിക്കാണിച്ചയിടത്ത് ഇലകളനങ്ങുന്നു.

പതുക്കെ എന്തോ ഇഴഞ്ഞുപോകുന്നത് അവർ പേടിയോടെ നോക്കി. മാസ്റ്റർ വടികൊണ്ട് ചെറുതായി നിലത്തുതട്ടിയപ്പോൾ ഇഴച്ചിലിന്റെ വേഗം വർദ്ധിച്ചു. വീണ്ടും വടി നിലത്തുമുട്ടിച്ചപ്പോൾ അതിവേഗത്തിൽ വളഞ്ഞു പുളഞ്ഞു പാഞ്ഞുപോയി.

"ചേരയായിരിക്കും. പേടിക്കാനില്ല. എന്നാലും സൂക്ഷിക്കണം. അധികം ആൾസഞ്ചാരമില്ലാത്ത സ്ഥലമായതിനാൽ വിഷപ്പാമ്പുകളുണ്ടാവാൻ സാധ്യതയുണ്ട്. ശ്രദ്ധിച്ചു നടന്നാൽ മതി. ദാ ഈ വടി പിടിച്ചോളൂ. നിലത്തു തട്ടിക്കൊണ്ട്, കരിയിലകൾ മാറ്റി ശ്രദ്ധിച്ചു നടന്നാൽ പാമ്പുകളുണ്ടെങ്കിൽത്തന്നെ വഴിമാറിപ്പോയിക്കോളും."

മാസ്റ്റർ പേനാക്കത്തി അരയിലെ തുകൽബെൽട്ടിലെ പോക്കറ്റിൽ നിന്നുമെടുത്ത് ഒരു ശീമക്കൊന്ന വടികൂടെ ഒടിച്ചെടുത്ത് തൂപ്പ് കളഞ്ഞ് അറ്റം ചെത്തിഭംഗിയാക്കി ദീപുവിന്റെ കൈയിൽ കൊടുത്തു. ദീപു ഒരു വിറയലോടെ വടി വാങ്ങി. പാമ്പിനെക്കണ്ട പേടി ഇതേവരെ അവനെ

വിട്ടുപോയിരുന്നില്ല. പേടിയുണ്ടായിരുന്നുവെങ്കിലും ധൈര്യമവലംബിച്ച് അമ്മുക്കുട്ടി പറഞ്ഞു.

"നീ പേടിക്കണ്ടടാ ദീപൂ. പാമ്പൊന്നുമുണ്ടാവൂല്ല ഇവിടെ. നീ കണ്ടത് ചേര്യെയാരിക്കും."

"അതെന്താ ചേര പാമ്പല്ലേ?"

ദീപു അമ്മുവിനെ കളിയാക്കി.

"ചേര പാമ്പുതന്നെ. പക്ഷേ, വിഷപ്പാമ്പല്ല എന്നുമാത്രം. സാധാരണ ഗതിയിൽ അത് ആരെയും ഉപദ്രവിക്കില്ല. നമ്മുടെ വിളകൾ നശിപ്പിക്കുന്ന എലികളെയൊക്കെ തിന്നുന്നത് ചേരയാണ്. ശരിക്കും പറഞ്ഞാൽ മനുഷ്യന്റെ കൂട്ടുകാരനാണ് ചേര."

പ്രകാശൻ മാസ്റ്റർ വിശദീകരിച്ചുകൊടുത്തു. പക്ഷേ, ദീപുവിന് ചേര യുൾപ്പെടെ എല്ലായിനം പാമ്പുകളെയും പേടിയായിരുന്നു. പാമ്പിന്റെ വളഞ്ഞുപുളഞ്ഞുള്ള ഇഴയൽ കാണുമ്പോഴേ അവന്റെ പാതിജീവൻ പോകും.

"ദാ.. അതാണ് നമ്മുടെ ഗുഹ."

പ്രകാശൻ മാസ്റ്റർ ആവേശത്തോടെ പറഞ്ഞു.

"എവിടെ?"

കുറെ കാട്ടപ്പച്ചെടികളും, ഐരാണിച്ചെടികളും, പെരേലപ്പൊന്തയും വളർന്നുമുറ്റിനിൽക്കുന്നയിടത്തേക്ക് ചൂണ്ടി മാഷ് പറഞ്ഞു.

"ദാ ആ പൊന്തയ്ക്കുള്ളിൽ. പേടിക്കേണ്ട. കാട്ടപ്പച്ചെടികൾ വകഞ്ഞു മാറ്റിയാൽ ഉള്ളിൽ കടക്കാം. ഞാനൊരിക്കൽ ഉള്ളിൽ കടന്നിട്ടുണ്ട്. പുറമേ നിന്നു കാണുന്നതുപോലെയല്ല. ഉള്ളിൽ കുറച്ചു വിസ്താരമുണ്ട്."

മാസ്റ്റർ ആവേശത്തോടെ കാട്ടപ്പ ചെടികൾ വകഞ്ഞുമാറ്റുന്നതിന നുസരിച്ച് അതിനപ്പുറത്ത് വലിയ മൺകൂനകൊണ്ട് നിർമ്മിച്ചതുപോലെ യുള്ളൊരു ചക്കരപ്പാറയും, അതിലേക്കുള്ള ചെറിയ പ്രവേശന കവാടവും തെളിഞ്ഞുവന്നു. കുട്ടികൾ അദ്ഭുതത്തോടെ അത് നോക്കിനിന്നു.

ആറ്
ഗുഹയ്ക്കുള്ളിൽ...

ഗുഹയ്ക്കകം മൺപുറ്റുകൾ നിറഞ്ഞതായിരുന്നു.

"സൂക്ഷിക്കണേ.. മറ്റവനുണ്ടാകും."

"ആര്? മറ്റവനോ?"

"നേരത്തെ കണ്ടില്ലേ? ഇഴയുന്നത്? അവന്റെ വർഗ്ഗത്തിൽപ്പെട്ടയിനങ്ങൾ ചിലപ്പോൾ ചിതലുകളെ തിന്നാൻ പുറ്റുകൾക്കിടയിൽ കയറിക്കൂടായെന്നില്ല."

"ഇത് പാമ്പിന്റെ പുറ്റാണോ?"

"ഹേയ്.. പാമ്പുകൾ പുറ്റുകളുണ്ടാക്കില്ല. ചിതലുകളാണ് പുറ്റുകളുണ്ടാക്കുക. ചിതലുകൾ നല്ല ശില്പികളാണ്. കണ്ടില്ലേ? എന്തുനല്ല രൂപങ്ങളാണവ മണ്ണിൽ നിർമ്മിച്ചിരിക്കുന്നത്?"

പ്രകാശൻ സാറും കുട്ടികളും ഗുഹയ്ക്കുള്ളിൽ കയറിപ്പറ്റി. കൈയിൽ കരുതിയിരുന്ന ടോർച്ചിന്റെ സഹായത്തോടെ ഗുഹയുടെ ഉൾവശം പരിശോധിക്കുകയാണ്. എളുപ്പമായിരുന്നില്ല ഗുഹയ്ക്കുള്ളിൽ കയറിപ്പറ്റുക എന്നത്. കാടുപിടിച്ച ഗുഹാമുഖം മൺപുറ്റുകളാൽ മറയ്ക്കപ്പെട്ട നിലയിലായിരുന്നു. പ്രകാശൻ സാറും ദീപുവും കൂടിയാണ് വലിയൊരു കല്ലെടുത്ത് അവയൊക്കെയുടച്ചുകളഞ്ഞ് ഉള്ളിലേക്കുള്ള വഴി സുഗമമാക്കിയത്. നല്ല ഇരുട്ടാണ് ഉള്ളിൽ. ഒരു കൂറ്റൻ പെരുച്ചാഴി അവർ അകത്തേക്കു കയറുന്നതിന്നിടയിൽ പുറത്തേക്ക് ചാടിപ്പോയിരുന്നു.

"ഹേയ്.. പാമ്പൊന്നുമുണ്ടാവില്ല. പാമ്പുണ്ടായിരുന്നുവെങ്കിൽ നമ്മളിങ്ങോട്ട് കേറുമ്പോൾ പുറത്തേക്കോടിപ്പോയ എലിയെ വെറുതെ വിടുമോ?"

അമ്മുക്കുട്ടിയുടെ ചോദ്യം പ്രകാശൻ സാറിന് നന്നായി ബോധിച്ചു.

"ആഹ! അതൊരു കാര്യമാണല്ലോ! വർഷ നല്ല കാര്യബോധമുള്ള കുട്ടിയാണ്. ഇത്തരത്തിലുള്ള നിരീക്ഷണബോധവും, വിശകലനപാടവവുമാണ് ഒരു ചരിത്രവിദ്യാർത്ഥിക്ക് ഏറ്റവുമാദ്യം വേണ്ടത്."

സാറിന്റെ അഭിനന്ദനം കേട്ട് അമ്മുക്കുട്ടിയൊന്നു ഞെളിഞ്ഞുനിന്നു.

“ദാ.. ഇതുകണ്ടോ? ഈ ചുവരിലൊക്കെ എന്തൊക്കെയോ കോറിയിട്ടിരിക്കുന്നത്? ഒന്നും തെളിയുന്നില്ല.”

ഗുഹയുടെ ഉൾഭിത്തിയിൽ തടവിനോക്കിയ ദീപു പറഞ്ഞു. പ്രകാശൻ മാസ്റ്റർ സൂഷ്മതയോടെ പരിശോധിച്ചു. പ്രാചീന ഗുഹാചിത്രങ്ങളാകുമോ? എങ്കിൽ പുരാവസ്തുവകുപ്പിലെ ചില ഉദ്യോഗസ്ഥർ തന്നോട് പങ്കുവെച്ച സംശയം ശരിയായിരിക്കും. ഗുഹാചിത്രങ്ങളാണെങ്കിൽ പ്രാചീന ശിലായുഗകാലത്തോളം പഴക്കമുള്ളതാവണം ഈ ഗുഹ. അല്ലെങ്കിൽ പിന്നീടുള്ള മനുഷ്യന്റെ വികാസഘട്ടത്തിലെപ്പോഴോ ഉള്ളതാവാനും മതി. മനുഷ്യൻ ഗുഹയെ വാസസ്ഥാനമോ, രഹസ്യസങ്കേതമോ ആയി ഉപയോഗിച്ചിരുന്ന കാലത്തേതായിരിക്കാം എന്തായാലും. അല്ലാതെ ഗുഹാഭിത്തികളിൽ പരുക്കൻ ചിത്രങ്ങൾ വരയ്ക്കേണ്ടതില്ല.

ദീപു പറഞ്ഞയിടത്തേക്ക് മാസ്റ്റർ ടോർച്ച് തെളിയിച്ചുനോക്കി. ശരിയാണ്. എന്തൊക്കെയോ അവ്യക്തമായി എന്തോ മൂർച്ചയുള്ള ആയുധം കൊണ്ട് വെട്ടിയുണ്ടാക്കിയമാതിരി ഭിത്തിയിൽ വരച്ചിട്ടുണ്ട്. മാസ്റ്റർ സൂക്ഷ്മതയോടെ പരിശോധിച്ചു. പ്രാചീന ഗുഹാചിത്രങ്ങളായിരുന്നെങ്കിൽ പുരാവസ്തുവകുപ്പുദ്യോഗസ്ഥർ ഇവിടം സന്ദർശിച്ചപ്പോൾ പരിശോധിക്കേണ്ടിയിരുന്നതല്ലേ? ഒരുപക്ഷേ, അവരുടെ ശ്രദ്ധയിൽപെടാതെ പോയതുമാകാം. താൻ ജോലിചെയ്യുന്ന വകുപ്പിലെ ചില ജീവനക്കാരുടെ കെടുകാര്യസ്ഥതയെ കുറിച്ച് നല്ലവണ്ണം അറിയാവുന്ന മാസ്റ്റർ അകമേ ചിരിച്ചു. ഇവിടം പരിശോധിച്ചപ്പോൾ അവർ ഇത് മുനിയറയാണോ എന്നു മാത്രമേ പരിശോധിച്ചിട്ടുണ്ടാകൂ. അങ്ങനെയല്ല എന്നു മനസ്സിലായപ്പോൾ അന്വേഷണം മതിയാക്കി സ്ഥലം കാലിയാക്കിക്കാണും. ചരിത്രസ്മാരകമായ പെരുവനം ക്ഷേത്രത്തിലെ പുരാവസ്തു ശേഷിപ്പുകൾ സംരക്ഷിക്കാനായി നിയോഗിക്കപ്പെട്ട ഉദ്യോഗസ്ഥർതന്നെ നടവഴിക്കിരുവശവുമുള്ള കരിങ്കൽ ഭിത്തിയിലെ പ്രാചീന വെട്ടഴുത്തുലിപികളെ സിമന്റുപയോഗിച്ച് തേച്ചുമാച്ചുകളഞ്ഞത് താൻ കണ്ടതാണല്ലോ.

“സാർ, ഇതൊരു തുമ്പിയുടെ ചിത്രം പോലെ തോന്നുന്നു.”

അമ്മുക്കുട്ടിയുടെ നിരീക്ഷണം ശരിയാണെന്ന് മാസ്റ്റർക്കു തോന്നി. അവിടെയുമിവിടെയുമൊക്കെ തുമ്പികൾ. വളരെ വലുതും, തീരെ ചെറിയവനും. ചില മനുഷ്യരൂപങ്ങളുമുണ്ട്.

“ഹൊ! ഇത് ആരോ അടച്ചതുപോലെയുണ്ടല്ലോ!”

കുറച്ചുകൂടെ അകത്തേക്കു കടന്നപ്പോൾ ഗുഹയ്ക്ക് കൂടുതൽ ഉള്ളിലേക്കുള്ള വഴി മണ്ണുഭിത്തികൊണ്ട് അടഞ്ഞുകിടക്കുന്നതായിക്കണ്ടു. ഒരുപക്ഷേ, ഗുഹ ഇവിടംവരെയേ ഉണ്ടാവുകയുള്ളൂ എന്നു വരാം. അല്ലെങ്കിൽ മൺപുറ്റുകൾ ചേർന്ന് അടഞ്ഞുപോയതാകാനും മതി. ഇതിൽ കൂടുതലൊന്നും തത്കാലം ആ ഗുഹയിൽ നിന്നും കണ്ടെടുക്കാനില്ലെന്നു

മാസ്റ്റർക്ക് തോന്നി. മാത്രമല്ല ഏറെ നേരമായി അകത്തു കയറിയിട്ട്. കുട്ടികളെ വീട്ടുകാർ അന്വേഷിക്കുന്നുമുണ്ടാകും.

''വാ.. നമുക്ക് ഇന്നത്തെ അന്വേഷണം മതിയാക്കാം. പിന്നൊരിക്കൽ വരാം നമുക്കിങ്ങോട്ട്.''

മാസ്റ്ററുടെ വിളി കേൾക്കാനിരുന്നതുപോലെ ദീപു വേഗം ഗുഹയ്ക്കു വെളിയിലേക്കു കടന്നു. അവന് നന്നായി വിശക്കുന്നുണ്ടായിരുന്നു. അമ്മു ക്കുട്ടിക്ക് ആ തുമ്പികളുടെ ചിത്രങ്ങൾ ഒന്നുകൂടെ പരിശോധിക്കണമെന്നു ണ്ടായിരുന്നു. താൻ സ്വപ്നത്തിൽ കണ്ട തുമ്പികൾക്ക് ഇവയുമായി സാമ്യ മില്ലേയെന്നൊരു തോന്നൽ അവളുടെയുള്ളിൽ നിറഞ്ഞു. ദീപു സ്വപ്ന ത്തിന്റെ കാര്യം പറഞ്ഞ് കളിയാക്കുമോയെന്ന് ഭയന്ന് അവൾ അപ്പോൾ ഒന്നും പറഞ്ഞില്ല. മാസ്റ്ററുടെ മനസ്സും ആ തുമ്പികളുടെ പിന്നാലെയാ യിരുന്നു. എന്തോ ഒരു ദുരൂഹത അതിനുപിന്നിലുള്ളതുപോലെ മനസ്സു പറയുന്നു. ചിലപ്പോൾ വെറും തോന്നലാകാം. ഏതായാലും ഒരിക്കൽ കൂടെ ഇങ്ങോട്ടു വരണം. ഇത്തവണ ക്യാമറ കൈയിൽ കരുതാഞ്ഞത് മോശമായിപ്പോയി. അടുത്ത തവണ കുറേയധികം ചിത്രങ്ങളെടുക്കണം.

''ദേ.. മാനം കറുത്തുതുടങ്ങി. മഴ പെയ്യുമോ? പെയ്താൽ നമ്മുടെ അന്വേഷണമൊക്കെ അവതാളത്തിലാകും.''

അമ്മുക്കുട്ടി പറഞ്ഞു. വീട്ടിലെത്തി ഭക്ഷണം കഴിച്ചശേഷം ഇന്നു വൈകുന്നേരംകൂടെ എവിടേക്കെങ്കിലും പോകണമെന്നുണ്ടായിരുന്നു അമ്മുവിന്.

''ആഹ! മഴപെയ്യുന്നതു നല്ലതല്ലേ? കണ്ടിട്ടില്ലേ? ഭൂമി ചുട്ടുപഴുത്തു കിടക്കുകയല്ലേ? ഒരു നല്ല മഴകിട്ടിയാൽ ഈ പുല്ലുകളും ചെടികളു മൊക്കെ ഒന്നുണർന്നെണീക്കും. എന്തൊരുന്മേഷമായിരിക്കുംന്നറിയ്യോ പ്രകൃതിക്ക്? ചെറിയ കുഞ്ഞുചെടികൾ പോലും മതിമറന്നാഹ്ലാദിക്കും. നമുക്കുതന്നെ അന്തരീക്ഷത്തിലെ ചൂട് സഹിക്കാൻ പറ്റുന്നുണ്ടോ?''

പ്രകാശൻ സാർ കൈ കണ്ണിനു മുകളിൽ കുടപോലെ വിടർത്തി പ്പിടിച്ച് ആകാശത്തെ മഴമേഘങ്ങളെ നോക്കിപ്പറഞ്ഞു.

''ഹൊ! ഇന്നലെ ഞാൻ ഉറങ്ങാൻ പെട്ട പാട് എനിക്കേ അറിയൂ. എന്തൊരുഷ്ണായിരുന്നു ഇന്നലെ? എന്റെ വീട്ടിൽ ഇത്രയും ഉഷ്ണംല്ല.''

ദീപു പറഞ്ഞു. ദീപുവിന്റെ അച്ഛൻ നല്ലൊരു കൃഷിക്കാരനായതിനാൽ വീടിനു ചുറ്റുമുള്ള സ്ഥലത്തൊക്കെ വാഴയും ജാതിയുമൊക്കെ കൃഷി ചെയ്തിരിക്കയാണ്. വീടിനോട് ചേർന്ന് ജാതിമരങ്ങൾ തിങ്ങി വളർന്നു കിടക്കുന്നതിനാൽ വീട്ടിന്റെയുള്ളിലെപ്പോഴും നല്ല തണുപ്പായിരിക്കും. അതുകൊണ്ടാണ് ദീപുവിന്റെ വീടിനെയപേക്ഷിച്ച് അമ്മുവിന്റെ വീട്ടിൽ ഉഷ്ണം കൂടുതലാണെന്നവൻ പറയുന്നത്. അമ്മുവിന്റെ വീട്ടുതൊടി യിലും ധാരാളം മരങ്ങളുണ്ട്. അത് പ്രകാശൻ സാറിനറിയാം.

''ഹേയ്. വർഷയുടെ വീട്ടിൽ അത്രയ്ക്ക് ചൂടുണ്ടാവാൻ വഴിയില്ലല്ലോ. ധാരാളം മരങ്ങളുള്ളതല്ലേ? ഞാനവിടെ പലതവണ വന്നിട്ടുണ്ട്.''

പ്രകാശൻ മാസ്റ്റർ പറഞ്ഞപ്പോൾ അമ്മുക്കുട്ടി തലകുലുക്കി. അവൾ പറഞ്ഞു.

''അതെ. ശരിതന്നെ. പക്ഷേ, ദീപുവിന്റെ വീട്ടിൽ പോയിനോക്കണം. എ.സി. പോലെയാ അവന്റെ വീട്ടിനുള്ളിൽ. ഏതു വേനലിലും നല്ല തണുപ്പാ. ആ വീട്ടിൽ നിന്നും ഇവിടെ വന്നാൽ അവന് ഉഷ്ണിക്കാതിരിക്ക്വോ?''

അവർ സംസാരിച്ചു നടന്നുനടന്ന് തെക്കെപ്പറമ്പും ഇടവഴിയും കടന്ന് പാടവരമ്പത്തെത്തിക്കഴിഞ്ഞിരുന്നു.

''സമയം ഉച്ചയായി. നിങ്ങൾക്ക് ഭക്ഷണം കഴിക്കേണ്ടേ? എന്റെ വീട്ടിലേക്ക് വരുന്നുണ്ടോ? അവിടെനിന്നും കഴിക്കാം.''

''വേണ്ട സാർ. അമ്മ വീട്ടിൽ കാത്തിരിക്കുന്നുണ്ടാവും. സാർ ഞങ്ങളുടെ വീട്ടിലേക്കു വരുമോ?''

''വരാമല്ലോ. പക്ഷേ, ഇപ്പോഴില്ല. പിന്നൊരിക്കലാവാം.''

നാളെ കുറുച്ചു നേരത്തെ വരണമെന്നും, വരുമ്പോൾ കുറച്ചു കടലാസുകളും ഡ്രോയിംഗ് ബോർഡും വരയ്ക്കാനുള്ള സാധനങ്ങളുമൊക്കെ കൈയിൽ കരുതണമെന്നും മാസ്റ്റർ കുട്ടികൾക്ക് നിർദ്ദേശം കൊടുത്തു. കുട്ടികൾ അവരുടെ വീട്ടിലേക്കും, മാസ്റ്റർ അദ്ദേഹത്തിന്റെ വീട്ടിലേക്കും നടന്നു.

അമ്മുക്കുട്ടിയുടെ മനസ്സ് സന്തോഷം കൊണ്ട് ചാഞ്ചാടുന്നത് അവളുടെ മുഖം കണ്ടാലറിയാമായിരുന്നു. നാളെ പ്രകാശൻ സാറിനെ കാണാൻ പോകുമ്പോൾ അദ്ദേഹത്തെ അദ്ഭുതപ്പെടുത്തുന്ന ഒരു കാര്യം കൈയിൽ കരുതണമെന്ന് അവൾ തീരുമാനിച്ചിരുന്നു.

ഏഴ്

സ്വപ്നമഴ

"ഹാ ഇതു കാണാനെന്തൊരു ഭംഗിയാ! നന്നായിട്ടുണ്ട്."

"എവിടെ? നോക്കട്ടെ, ആഹ! മനോഹരം."

അമ്മുവിന്റെയും ദീപുവിന്റെയും പുകഴ്ത്തൽ കേട്ട് ആതിരയുടെ മുഖം വിടർന്നു. സ്വതവേ ഒരു സങ്കടഭാവമാണ് ആതിരയുടെ മുഖത്ത് എപ്പോഴും. കളിക്കാൻ ആരുമില്ലാത്തതിന്റെ സങ്കടം. മറ്റു കുട്ടികളെപ്പോലെ ഓടിക്കളിക്കാൻ സാധിക്കാത്തതിന്റെ സങ്കടം. അമ്മു മാത്രമാണ് ആതിരയുടെ കളിക്കൂട്ടുകാരി. അമ്മുവിന്റെ കൂടെ കളിക്കുമ്പോൾ മാത്രമാണ് ആതിരയുടെ മുഖത്ത് സന്തോഷം വിരിയുന്നത്. രാവിലെ പ്രകാശൻ സാറിനോടൊപ്പം സന്ദർശിച്ച ഗുഹയിലെ വിശേഷങ്ങൾ ആതിരയുമായി പങ്കുവെക്കുകയായിരുന്നു അമ്മുവും, ദീപുവും.

ആതിരയെക്കൂടെ ചരിത്രാന്വേഷണത്തിന്റെ ഭാഗമാക്കാമെന്നും, ചിത്രങ്ങളും ഭൂപടങ്ങളുമൊക്കെ വരയ്ക്കാൻ അവളെ ഉപയോഗപ്പെടുത്താമെന്നും പ്രകാശൻ സാർ പറഞ്ഞതുമാണല്ലോ. അതു പ്രകാരം ഗുഹാഭിത്തിയിൽ കണ്ട തുമ്പികളുടെ ചിത്രങ്ങൾ ആതിരയെക്കൊണ്ട് വരപ്പിക്കുകയായിരുന്നു അമ്മു.

"ഇത് ഞങ്ങൾ ഗുഹയിൽ കണ്ട ചിത്രങ്ങളേക്കാൾ സുന്ദരൻതുമ്പികളാണല്ലോ. നന്നായിട്ടുണ്ട്. പക്ഷേ, ഗുഹയിൽക്കണ്ടപോലത്തെ തുമ്പികളെയാണ് ഇപ്പോ നമുക്ക് ചിത്രത്തിൽ വേണ്ടത്."

"അതിന് ഞാൻ ഗുഹ കണ്ടിട്ടില്ലല്ലോ."

ആതിരയുടെ വാക്കുകളിൽ സങ്കടമുണ്ടായിരുന്നു. എവിടെയും സ്വതന്ത്രമായി സഞ്ചരിക്കാൻ കഴിയാത്തതിന്റെ സങ്കടം. അവൾ കാലുകളിലേക്കു നോക്കി. അവളുടെ കണ്ണുകൾ നിറയാൻ തുടങ്ങി. അമ്മുക്കുട്ടി ആതിരയെ എങ്ങനെ ആശ്വസിപ്പിക്കാമെന്നറിയാതെ വിഷമിച്ചു.

"ഹായ് ആതിര! ഈ ചിത്രങ്ങൾ പോലെത്തന്നെയാണ് ഗുഹയിലെ തുമ്പികളും. പക്ഷേ, ആതിരയുടെ തുമ്പികളുടെയത്ര ഭംഗിയില്ലെന്നു മാത്രം. ഇത്തിരി ഭംഗി കുറച്ചാൽ മതി. വെറും പരുക്കൻ. കല്ലുകൊണ്ട് കോറിവരച്ചതുപോലെ. ദാ ഇങ്ങനെ."

ദീപു ഒരു കല്ലെടുത്ത് മുറ്റത്ത് വരച്ചുകാണിച്ചുകൊടുത്തു. ആതിര അതുകണ്ടു ചിരിച്ചു. അമ്മുക്കുട്ടിയും ചിരിച്ചു. അവൾക്ക് സമാധാനമായി. ആതിരയുടെ സങ്കടം മാറിയല്ലോ. ദീപുവിന്റെ ഇടപെടൽ തക്കസമയത്തായി.

''ഹ..ഹ..ഹ.. ഇതെന്തു തുമ്പി? ഇങ്ങനെ മതിയോ?''

ദീപു മണ്ണിൽ കല്ലുകൊണ്ട് വരച്ച തുമ്പിയുടെ ചിത്രം കണ്ട് ആതിരയ്ക്ക് ചിരിയടക്കാൻ കഴിഞ്ഞില്ല. ദീപുവിന്റെ മുഖത്തുനോക്കി അവൾ വീണ്ടും വീണ്ടും ചിരിച്ചു.

''ആതിര, ചിരിക്കല്ലേ. ഇത്രപോലും പൂർണ്ണതയില്ല ഗുഹയിലെ ചിത്രത്തിന്. പണ്ടെന്നോ താമസിച്ചിരുന്ന പുരാതന മനുഷ്യൻ വരച്ച ചിത്രങ്ങളായിരിക്കും. വെറും ചില കോറലുകളും വരകളും മാത്രമേയുള്ളൂ. തുമ്പികളാണെന്ന് ഞങ്ങൾ ഊഹിച്ചെടുത്തതാണ്. മനുഷ്യരുടെതുപോലുള്ള ചില രൂപങ്ങളുമുണ്ട് ചിത്രത്തിൽ.''

അമ്മുവിന്റെ വാക്കുകൾ കേട്ട് ആതിര വീണ്ടും പെൻസിലെടുത്ത് കടലാസിൽ വരയ്ക്കാൻ തുടങ്ങി. ഇത്തവണ ഗുഹാചിത്രങ്ങളുടെ മാതൃകയിൽ തന്നെയായിരുന്നു അവൾ തുമ്പികളെ വരച്ചത്. എട്ടാം ക്ലാസ്സിലെ ചരിത്ര പാഠപുസ്തകത്തിൽ കൊടുത്തിരിക്കുന്ന അൾട്ടാമിറയിലെയും ഭീം ഭേ്കയിലെയും ഇടക്കലിലെയുമൊക്കെ ഗുഹാചിത്രങ്ങൾ അവളും കണ്ടതാണല്ലോ. ആതിര വരച്ച ചിത്രങ്ങൾ കണ്ട് അമ്മു അദ്ഭുതപ്പെട്ടു.

''ആതിര ഗുഹകാണാൻ വന്നിട്ടില്ലെങ്കിലും ഗുഹാചിത്രങ്ങൾ നേരിൽ കണ്ടതുപോലെയാണല്ലോ ചിത്രങ്ങൾ! ശരിക്കും അതുപോലെത്തന്നെയുണ്ട്.''

അമ്മുക്കുട്ടിയുടെ അഭിനന്ദനത്തിൽ ആതിര സന്തോഷിച്ചു. അവളുടെ കണ്ണുകൾ തിളങ്ങി. നേരത്തെയുണ്ടായിരുന്ന കണ്ണുനീരിന്റെ അടയാളം പോലും ഇപ്പോഴില്ല. അമ്മുവും ദീപുവും ആതിരയുടെ ചിത്രം പരിശോധിച്ചു. ഗുഹയിൽ കണ്ടതുമാതിരി തുമ്പികളുടെയും, മനുഷ്യരുടെയും സ്ഥാനങ്ങൾ ദീപുവിന്റെ നിർദ്ദേശങ്ങൾക്കനുസരിച്ച് ആതിര മായ്ച്ചും മാറ്റി വരച്ചും ശരിപ്പെടുത്തി.

''ങ്ഹേ! അദ്ഭുതമായിരിക്കുന്നല്ലോ? മനുഷ്യന്മാരിൽ നിന്നും തുമ്പികളിലേക്കുള്ള പരിണാമം പോലെയാണല്ലോ ഈ ചിത്രങ്ങൾ! നമ്മുടെ അടിസ്ഥാനശാസ്ത്ര പുസ്തകത്തിലെ ഡാർവ്വിന്റെ പരിണാമസിദ്ധാന്തിനോടൊപ്പം കൊടുത്തിട്ടുള്ള ചിത്രം പോലെ! ദേ, ഇങ്ങനെ ഒരൊറ്റവരിയിൽ ഈ മനുഷ്യൻമാരെയും, തുമ്പികളെയും വരച്ചാൽ ശരിക്കും അതുപോലെത്തന്നെയുണ്ടാകും.''

ദീപുവാണ് അങ്ങനെയൊരു സാധ്യത കണ്ടുപിടിച്ചത്. ചിത്രം സൂക്ഷ്മമായി പരിശോധിച്ചപ്പോൾ അമ്മുവിനും ആതിരയ്ക്കും അങ്ങനെത്തന്നെ തോന്നി. ഉച്ചമുതൽ മൂടിക്കെട്ടിനിന്ന ആകാശം

വൈകുന്നേരമായപ്പോഴേക്കും കറുത്തു കനത്തു. ചെറിയൊരു കാറ്റോടു കൂടെ മഴ കുതിച്ചെത്തി. ആതിരയുടെ വീട്ടിൽനിന്നും മഴയത്തുകൂടെ ഓടി വീട്ടിലെത്തുമ്പോഴേക്കും ദീപുവും അമ്മുവും നനഞ്ഞു കുതിർന്നിരുന്നു. പ്രകാശൻ സാർ പറഞ്ഞതുപോലെ മഴയേറ്റ് പുല്ലുകൾക്കും ചെടികൾക്കു മൊക്കെ സന്തോഷമായിക്കാണണം. വെയിലേറ്റ് മയങ്ങിക്കിടന്ന അവ മഴത്തുള്ളികൾ മുഖത്തുവീണപ്പോൾ ഞെട്ടിപ്പിടഞ്ഞെഴുന്നേറ്റ് മഴയത്ത് നൃത്തമാടുന്നത് അമ്മു കണ്ടു.

"എന്താ അമ്മൂട്ടീ ഇങ്ങനെ ചെറിയ കുട്ട്യോളപ്പോലെ? മഴകൊണ്ടാൽ പനി പിടിക്കുംന്ന് അറിഞ്ഞൂടെ നിനക്ക്? അച്ഛനിങ്ങു വരട്ടെ. ഞാൻ പറഞ്ഞു കൊടുക്കുന്നുണ്ട്."

തലതുവർത്തിക്കൊടുക്കുന്നതിനിടയിൽ അമ്മ അമ്മുക്കുട്ടിയെ സ്നേഹത്തോടെ ശകാരിച്ചു. ദീപുവിനെ അമ്മ വഴക്കൊന്നും പറഞ്ഞതുമില്ല. അവൻ ആൺകുട്ടിയല്ലെ? അങ്ങനെ വഴക്കുപറയാൻ പാടുണ്ടോ? അതെന്താ അമ്മ ദീപുവിനെ വഴക്കുപറയാത്തത് എന്ന ചോദ്യത്തിന് അമ്മയുടെ മറുചോദ്യം അതായിരുന്നു.

അന്നു രാത്രി അമ്മു വീണ്ടും സ്വപ്നം കണ്ടു. കടൽത്തീരത്ത് ദീപുവി നോടും, ആതിരയോടും, പ്രകാശൻ സാറിനോടുമൊപ്പം ഇരിക്കുകയാ യിരുന്നു അവൾ. പെട്ടെന്ന് മാനമിരുണ്ടു. തുള്ളിക്കൊരു കുടം വണ്ണത്തിൽ മഴ പെയ്യാൻ തുടങ്ങി. ആകാശത്തെ കറുത്ത മേഘക്കൂട്ടിൽ നിന്നും കൂട്ട ത്തോടെ പറന്നിറങ്ങിയ കറുത്ത കിളികളെപ്പോലെയായിരുന്നു അവ. മുകളിലേക്കു നോക്കിയ അമ്മുവിന്റെ മുഖത്തേക്ക് ഊക്കോടെ വീണ മഴവെള്ളത്തുള്ളികളുടെ കനംകൊണ്ട് അവളുടെ മുഖം കുനിഞ്ഞു പോയി.

അദ്ഭുതം സംഭവിച്ചത് അപ്പോഴായിരുന്നു. മണ്ണിലേക്കു വീണ ഓരോ മഴത്തുള്ളികളും തുമ്പികളായി ഉയിരെടുക്കുന്നു! ചിറകുകൾ മുള യ്ക്കുന്നു! കുഞ്ഞു ചിറകുകൾ വിടർത്തി തുമ്പികൾ പറക്കുന്നു! ഇപ്പോൾ മഴയില്ല. അന്തരീക്ഷമാകെ തുമ്പികളെക്കൊണ്ട് നിറഞ്ഞിരിക്കുന്നു. തലങ്ങും വിലങ്ങും പറക്കുന്ന തുമ്പികൾ. അവ അമ്മുവിന്റെ ചുറ്റും പറ ക്കുന്നു. ഇപ്പോൾ ദീപുവും, പ്രകാശൻ സാറും അവളോടൊപ്പമില്ല. അവർ എവിടെയോ മാഞ്ഞുപോയിരിക്കുന്നു.

ആകാശത്തേക്കു പറന്നുയരുന്ന തുമ്പികൾക്ക് പതുക്കെ നീളം കൂടുക യാണ്. വലിപ്പം വെയ്ക്കുകയാണ്. പൊടുന്നനെ ചിറകുകൾക്കു പകരം കൈകൾ മുളയ്ക്കുന്നു. തുമ്പികളോരോന്നും മനുഷ്യരായി പരിണമി ക്കുന്നു. കൈകൾ ചിറകുകൾ പോലെ വിടർത്തി വീശി അവരോരോ ത്തരും പറന്ന് മേഘക്കീറുകളിൽ അള്ളിപ്പിടിച്ചു കയറിപ്പറ്റുന്നു. എണ്ണ മറ്റ മനുഷ്യരുടെ ഭാരം താങ്ങാനാവാതെ മേഘങ്ങൾ സാവധാനത്തിൽ അടർന്നുവീഴുന്നു.

41

അമ്മുക്കുട്ടി കണ്ണുകൾ മുറുക്കെച്ചിമ്മി. ഉറക്കെ നിലവിളിച്ചു. പക്ഷേ, നിലവിളി തൊണ്ടവിട്ട് പുറത്തേക്കു വരുന്നുണ്ടായിരുന്നില്ല. അമ്മയെ കെട്ടിപ്പിടിച്ച് അവൾ വിയർത്തു കുളിച്ചുകിടന്നു.

''ചരിത്രോം കുന്ത്രാണ്ടോംന്നൊക്കെ പറഞ്ഞ് കുട്ട്യോള് ആ മാഷ്ടെ കൂടെ തെക്കേപ്പറമ്പില് നട്ടുച്ചയ്ക്ക് നടക്കാൻ പോയപ്പഴേ ഞാൻ കർതീരുന്നു ഇങ്ങിന്യാവുംന്ന്.''

രാവിലെ പനിപിടിച്ചുറങ്ങുന്ന അമ്മുക്കുട്ടിയെ പാളവിശറികൊണ്ട് വീശിക്കൊടുക്കവെ അമ്മ ആരെയെന്നില്ലാതെ ശകാരിച്ചു.

''നീ വെറുതെ അതുമിതും പറയല്ലേ. ഇതിന്നലെ വൈകിട്ട് മഴ കൊണ്ടതിന്റെയാ. പാരസെറ്റമോൾ കൊടുത്തിട്ടില്ലേ? ഇനി പനി ഇപ്പോ മാറും.''

അച്ഛൻ അമ്മയെ സമാധാനിപ്പിച്ചു. പക്ഷേ, രാത്രി മകൾ ഉറക്കത്തിൽ പിച്ചും പേയും പറയുന്നതും, പേടിച്ചെന്നവണ്ണം ഉരുണ്ടുമറിഞ്ഞു കളിക്കുന്നതും അവരറിഞ്ഞിരുന്നു. അടുപ്പത്ത് തുളസിയും പനിക്കൂർക്കയും കുരുമുളകും ചുക്കും ചേർന്ന കഷായം തിളയ്ക്കുന്നുണ്ട്. അതിലേക്ക് രണ്ടുകട്ട ശർക്കര പൊടിച്ചുചേർത്ത് അമ്മ അടുപ്പിൽ തീ തള്ളിവച്ചു. നല്ലവണ്ണം കുറുകണം. വിറകടുപ്പത്തുതന്നെവേണം കഷായം കുറുക്കാൻ. അല്ലെങ്കിൽ അതിന്റെ ഫലം കിട്ടില്ല.

ഉച്ചയോടെ, രണ്ടുമൂന്നുതവണയായി അമ്മയുണ്ടാക്കിക്കൊടുത്ത കുറുക്കുകഷായം കഴിച്ചപ്പോഴേക്കും അമ്മുവിന്റെ പനി വിട്ടകന്നു. എങ്കിലും അമ്മുവും, ദീപുവും അന്ന് എങ്ങും പോയില്ല. അമ്മുവിന് പനിയായതിൽപ്പിന്നെ ദീപുവിനും ഒരുത്സാഹവുമുണ്ടായിരുന്നില്ല. അവൻ പറമ്പിലൂടെ നടന്ന് പുളിങ്കുരുവൊക്കെ പെറുക്കി ഒരു പേപ്പർസഞ്ചിയിൽ ശേഖരിച്ചു. അമ്മു സ്കൂളിൽനിന്നും പ്രവൃത്തിപരിചയമേളയ്ക്കുവേണ്ടി ഉണ്ടാക്കിയതായിരുന്നു ആ പേപ്പർബേഗ്. അമ്മുവിന്റെയമ്മയോട് പറഞ്ഞ് പുളിങ്കുരുവൊക്കെ വറുത്തുതരാൻ പറയണം. വെറുതെ നടക്കുമ്പോൾ വായിലിട്ട് അലിയിക്കാലോ. നല്ല ഇരുമ്പുസത്തുള്ളതാണെന്ന് അച്ഛൻ പറയുന്നതുകേട്ടിട്ടുണ്ട്.

വൈകുന്നേരമായപ്പോൾ പാടവരമ്പത്തുകൂടെ ആരോ വെളുത്ത മുണ്ടും ഷർട്ടുമിട്ട് വീട് ലക്ഷ്യമാക്കി വരുന്നതു കണ്ടപ്പോൾ ദീപു വരാന്തയിലേക്കു പോന്നു. അമ്മുവിന്റച്ഛന്റെ സുഹൃത്തുക്കളാരെങ്കിലുമാകും. കൈകാലുകൾ കഴുകി, മുഖം തുടച്ച് വരാന്തയിലെ കസേരയിൽ പുസ്തകവുമായി ഇരിക്കാൻ തുടങ്ങിയപ്പോഴാണ് തൊടിയിലൂടെ കയറി വരുന്ന അതിഥിയെ ദീപുവിന് മനസ്സിലായുള്ളൂ. അവൻ സന്തോഷത്തോടെ അകത്തേക്കു നോക്കി വിളിച്ചു.

''അമ്മൂട്ട്യേ.. ദാ പ്രകാശൻ സാറ് വരുന്നൂ...''

എട്ട്

മണൽത്തീരം

പ്രകാശൻ സാർ ചായകുടിച്ചുകൊണ്ടിരിക്കെ അമ്മുവിന്റെ അച്ഛനോട് പറമ്പിലെ മരങ്ങളെക്കുറിച്ചും, ചൂടിനെക്കുറിച്ചുമൊക്കെ സംസാരിച്ചു കൊണ്ടിരുന്നു. അമ്മുവിന്റെ അച്ഛനുമമ്മയ്ക്കും പ്രകാശൻ സാറിനെ നേരത്തെതന്നെ നല്ല പരിചയമുണ്ടായിരുന്നു. ചെറിയ ക്ലാസ്സുകളിൽ അമ്മുവിന് ട്യൂഷനെടുത്തുകൊടുത്തിരുന്നുവെന്നതു കൂടാതെ അമ്മുവിന്റച്ഛനും, സാറും ബാല്യകാല സുഹൃത്തുക്കൾ കൂടിയായിരുന്നു.

''ഇന്നെനിക്ക് പനിയായിപ്പോയതുകൊണ്ടാ സാർ ഞങ്ങൾ വരാതിരുന്നത്.''

അമ്മു ക്ഷമാപണത്തിന്റെ സ്വരത്തിൽ പറഞ്ഞു.

''സാരമില്ല. എനിക്കും മറ്റുചില ജോലികളുണ്ടായിരുന്നു. രാവിലെ വന്നിരുന്നുവെങ്കിൽ എന്നെ കാണാതെ നിങ്ങൾക്ക് തിരിച്ചുപോരേണ്ടി വന്നേനെ. ഞാൻ അതിരാവിലെ വീട്ടിൽ നിന്നിറങ്ങിയതാണ്. കൂട്ടത്തിൽ നിങ്ങളുടെ ചരിത്രാന്വേഷണത്തിനെ സഹായിക്കുന്ന ചില വിവരങ്ങളും കിട്ടി. നമ്മുടെ ഭൂമിവാതുക്കൽ ഹൈസ്കൂളിലെ കുഞ്ഞഹമ്മദ് മാസ്റ്ററെ കണ്ടു സംസാരിച്ചു. അദ്ദേഹം ഒരു ചരിത്ര പണ്ഢിതനാണെന്നകാര്യം അറിയാമല്ലോ. നമ്മുടെ ഈ വലിയങ്കരയുൾപ്പെടെയുള്ള വാണിമേൽ പ്രദേശത്തിന്റെയാകെ ചരിത്രം എഴുതാൻ അദ്ദേഹം മുമ്പൊരു ശ്രമം നടത്തിയിരുന്നു. ജില്ലാ പഞ്ചായത്തിന്റെ പ്രാദേശിക ചരിത്രരചനാ പദ്ധതിയുമായി ബന്ധപ്പെട്ടായിരുന്നു അത്. വലിയങ്കരയെക്കുറിച്ച് അദ്ദേഹത്തിന് ഏറെ പറയാനുണ്ടായിരുന്നു.''

അമ്മുവും, ദീപുവും, അമ്മുവിന്റച്ഛനും ശ്രദ്ധിച്ചുകേട്ടിരുന്നു. വാതിൽ പാളി ചാരിനിന്നുകൊണ്ട് അമ്മയും അവരുടെ സംഭാഷണം കേൾക്കുന്നുണ്ടായിരുന്നു. ആദിമകാലഘട്ടം മുതൽ മനുഷ്യവാസമുണ്ടായിരുന്ന പ്രദേശമായിരുന്നുവത്രെ ഈ വലിയങ്കര. പക്ഷേ, ആദിമ മനുഷ്യവാസത്തിന്റെ ശേഷിപ്പുകളായ നന്നങ്ങാടികളോ, കുടക്കല്ലുകളോ പോലുള്ള മഹാശിലാവശിഷ്ടങ്ങളോ ഒന്നും ഇവിടെനിന്നും കണ്ടെത്തുവാനും പുരാവസ്തു ഗവേഷകർക്ക് സാധിച്ചിട്ടില്ല. മറ്റൊന്നുംകൊണ്ടല്ലത്രേ അത്. ഈ

പ്രദേശം മുഴുവനായും കടലെടുത്തുപോയിരുന്നുവത്രെ ഒരു കാലത്ത്. ആയവസരത്തിൽ ഒഴുകിപ്പോയതോ, മണ്ണിന്നടിയിൽ ആഴത്തിൽ പെട്ടു പോയതോ ആയിരിക്കാം ഈ അവശിഷ്ടങ്ങൾ.

''ഹമ്പോ! കടലെടുത്തുപോയെന്നോ? അതിനിവിടൊന്നും കടലി ല്ലല്ലോ!''

ദീപുവിന്റെ സംശയം കേട്ട് പ്രകാശൻ സാറും, അമ്മുവിന്റച്ഛനും ചിരിച്ചു. അമ്മുവിനും ദീപു പറഞ്ഞത് ശരിയാണെന്നു തോന്നി. വലിയ ങ്കരയിൽ നിന്നും എട്ടുപത്തു കിലോമീറ്റർ പടിഞ്ഞാറുമാറി വടകര യിലാണ് കടലുള്ളത്. അത്രയും ദൂരം താണ്ടി കടൽ ഇവിടംവരെ വന്നു വെന്നു പറഞ്ഞാൽ എങ്ങനെയാ വിശ്വസിക്കുക?

''കുഞ്ഞഹമ്മദ് സാർ പറഞ്ഞതുവച്ചാണങ്കിൽ ചിലതൊക്കെ ശരി യാണെന്ന് എനിക്കും തോന്നിയിരുന്നു. നമ്മുടെ മണ്ണിന്റെ സ്വഭാവം നോക്കൂ. കടലോരത്തുള്ളതുപോലുള്ള പശിമയില്ലാത്ത മണൽമണ്ണല്ലേ ഇവിടെയുള്ളത്? അത് ഒരുപക്ഷേ, കടൽ സാന്നിദ്ധ്യത്തിന്റെ ലക്ഷണ മാകാം. ഏതായാലും നമുക്ക് നാളെ ഒരിടത്തുവരെ പോകണം. അധികം ദൂരെയൊന്നുമല്ല, ഇവിടടുത്തുതന്നെ. ഇവിടെനിന്നും കഷ്ടിച്ച് ഒരു നാലു കിലോമീറ്റർ പടിഞ്ഞാറോട്ടു പോയാൽ ഒരൊഴിഞ്ഞ മണൽ മൂടിക്കിട ക്കുന്ന സ്ഥലമുണ്ട്. നിങ്ങൾ കണ്ടിട്ടുണ്ടാവും. ഏയ്യാറ്റിൽത്താഴെ പൊയി ലാണ് ഞാനുദ്ദേശിച്ചത്.''

ഏയ്യാറ്റിൽത്താഴെപ്പൊയിലിനടുത്ത് അമ്മുവും ദീപുവുമൊക്കെ ഒരി ക്കൽ പോയിട്ടുണ്ടെന്നാണ് അമ്മുക്കുട്ടിയുടെ ഓർമ്മ. മൂന്നുവർഷം മുമ്പൊ രിക്കൽ ഗ്രാമത്തിലെ ഏതോ കലാസമിതിക്കാരുടെ നാടകം അവിടെ യെവിടെയോ നടന്നിരുന്നു. അമ്മുവിന്റെയും, ആതിരയുടെയും വീട്ടുകാർ ക്കൊപ്പം അന്ന് നാടകം കാണാൻ പോയത് ദീപു ഇന്നുമോർക്കുന്നുണ്ട്.

നേരമിരുട്ടുന്നതിനുമുമ്പ് പ്രകാശൻ സാർ യാത്രപറഞ്ഞിറങ്ങി. അമ്മു വിന്റെ പനി പൂർണ്ണമായും അപ്പോഴേക്കും വിട്ടുമാറിയിരുന്നു. അവൾ കൂടു തൽ ഊർജ്ജസ്വലയായതുപോലെ തോന്നിച്ചു. ഒരു ചരിത്രവുമില്ലായെന്നു തോന്നിയിരുന്ന വലിയങ്കര ഗ്രാമത്തിനും അങ്ങനെ സ്വന്തമായൊരു ചരിത്രമുണ്ടാകാൻ പോകുന്നു. ആ ചരിത്രരചന നിർവ്വഹിക്കാൻ പോകു ന്നത് അമ്മുക്കുട്ടിയെന്ന വർഷയാണ്. പുതിയ വഴികൾ കാണിച്ചുതന്ന് കൈപിടിച്ചു നടത്തുന്ന പ്രകാശൻ സാറിനോട് അവൾക്ക് വലിയ ബഹു മാനവും ആദരവും തോന്നി.

അടുത്ത ദിവസം രാവിലെത്തന്നെ അമ്മുവും ദീപുവും പ്രകാശൻ സാറിന്റെ വീട്ടിലെത്തി. സാർ യാത്രയ്ക്ക് തയ്യാറായി കാത്തിരിപ്പുണ്ടാ യിരുന്നു.

''നിങ്ങൾ ഉച്ചഭക്ഷണം കരുതിയിട്ടുണ്ടോ?''

സാറിന്റെ ചോദ്യത്തിനുമുന്നിൽ ഉത്തരമില്ലാതെ കുട്ടികൾ പരുങ്ങി. കഴിഞ്ഞ ദിവസത്തെപ്പോലെ നേരത്തെ ഉച്ചയാവുമ്പോഴേക്കും തിരിച്ചുവരും

എന്നായിരുന്നു അവർ കരുതിയിരുന്നത്. ഭക്ഷണം അവർ കരുതിയിരുന്നില്ല.

"ഒരു പാക്കറ്റ് ബിസ്ക്കറ്റ് ഉണ്ട്."

അമ്മു പറഞ്ഞു. പോരാൻനേരത്ത് അമ്മ നിർബ്ബന്ധിച്ച് അവളുടെ ബേഗിൽ വച്ചുകൊടുത്തതായിരുന്നു ബിസ്കറ്റും വെള്ളവും.

"അതു സാരമില്ല. ഞാൻ നമുക്ക് മൂന്നുപേർക്കും കഴിക്കാനുള്ള നല്ല പഴുത്ത ചക്കച്ചുള കരുതിയിട്ടുണ്ട് ഒരു പായ്ക്കറ്റു നിറയെ. കുറച്ചു പഴങ്ങളും. ഉച്ചയോടുകൂടെത്തന്നെ നമുക്ക് തിരിച്ചുപോരാമെന്നാണ് കരുതുന്നത്. ഇനി അതിനു കഴിഞ്ഞില്ലെങ്കിലോ എന്നു കരുതിയാണ് ഞാൻ ചോദിച്ചത്. വാ. കാറിൽ കേറിക്കോളൂ. കുറച്ചു ദൂരമുള്ളതല്ലേ? നമുക്ക് റോഡുവഴി പോകാം. ഏകദേശം ഏയ്യാറ്റിൽ പൊയിലിന്റെയടുത്തുവരെ വാഹനം പോകും."

അമ്മുവും, ദീപുവും കാറിന്റെ പിൻസീറ്റിൽ കയറി. മാസ്റ്റർ കാർ സ്റ്റാർട്ട് ചെയ്തു.

അവർ ഏയ്യാറ്റിൽത്താഴെപ്പൊയിലിലെത്തുമ്പോൾ വെയിൽ പരന്നു കഴിഞ്ഞിരുന്നു. മരങ്ങളൊഴിഞ്ഞ് വെറും മണൽപ്പരപ്പായിക്കിടക്കുന്ന

സ്ഥലമായിരുന്നതിനാൽ വെയിൽ കൊള്ളുകയല്ലാതെ, എവിടെയും തണ ലത്ത് കയറിനിൽക്കാനുള്ള സൗകര്യമുണ്ടായിരുന്നില്ല. ആകെയുള്ളത് പരന്നുകിടക്കുന്ന വെള്ള മണൽപ്പരപ്പിന്റെയോരത്തുള്ള പൊന്തക്കാടു കളാണ്. അവിടന്നങ്ങോട്ട് തിങ്ങിയ കാടാണ്. ചതുപ്പിൽ വളർന്നു നിൽക്കുന്ന പലതരം ചെടികൾ നിറഞ്ഞ കാട്. മരുഭൂമിപോലൊരു മണൽ പ്പരപ്പും ചതുപ്പിൽനിന്നും ജലം വലിച്ചെടുത്ത് തളിർത്തുനിൽക്കുന്ന പൊന്തക്കാടും അടുത്തടുത്ത് ചേർന്നുനിൽക്കുന്നത് ഒരു അദ്ഭുതമായി രുന്നു.

ഇന്നലെ കുഞ്ഞഹമ്മദ് സാർ പറഞ്ഞതനുസരിച്ച് ഈ മണൽ പ്പരപ്പാണ് ഈ പ്രദേശം മുമ്പ് കടലെടുത്ത പ്രദേശമായിരുന്നുവെന്നും, പിന്നീട് കടൽപിൻവാങ്ങിയുണ്ടായതെന്നുമുള്ളതിന് ഇപ്പോഴുള്ള തെളിവ്. സാർ പറഞ്ഞതനുസരിച്ച് ഇപ്പോഴും ഈ മണലിൽ കക്കകളുടെയും ചിപ്പി കളുടെയും അവശിഷ്ടങ്ങൾ കാണാമത്രെ!

പ്രകാശൻ മാസ്റ്റർ ഒരുപിടി മണൽ വാരിയെടുത്തുകൊണ്ടു പറഞ്ഞു. ശരിയായിരുന്നു. അമ്മുക്കുട്ടിക്കും അദ്ഭുതം തോന്നി. ഒരു കടൽത്തീരം പോലെത്തന്നെയുണ്ട് ഇവിടം. എവിടെയൊക്കെയോ ചില ഓർമ്മകൾ മുളപൊട്ടുന്നതുപോലെ തോന്നി അവൾക്ക്. അന്ന് സ്വപ്നത്തിൽ കണ്ട കടലും പുഴയും ഒന്നുചേരുന്ന സ്ഥലം ഇതുതന്നെയല്ലേ? ഇതുപോലൊരു സ്ഥലത്താണ് താനന്ന് എത്തിച്ചേർന്നത്. ഈ മണൽപ്പരപ്പിനപ്പുറം ഇപ്പോൾ കാണുന്ന തഴച്ചുവളർന്നുനിൽക്കുന്ന പച്ചപ്പിനു പകരം നീല ക്കടലായിരുന്നുവെന്നു മാത്രം. പക്ഷേ, പുഴയെവിടെ? അമ്മു ഏന്തി വലിഞ്ഞു ചുറ്റുപാടും എന്തിനോവേണ്ടി പരതുന്നതുപോലെ നോക്കി.

"എന്താ വർഷ നോക്കുന്നത്? ഇവിടെ മുമ്പ് വന്നിട്ടുണ്ടോ?"

"ഇവിടെ വന്നിട്ടൊക്കെയുണ്ട് സാർ. പക്ഷേ, പണ്ടൊരു കലാസമിതി യുടെ നാടകം ഇവിടെങ്ങാൻ വെച്ച് നടത്തിയപ്പോൾ രാത്രി അച്ഛനോ ടൊപ്പം കാണാൻ വന്നതാണ്."

അവൾ പറഞ്ഞൊപ്പിച്ചു. സ്വപ്നത്തിന്റെ കാര്യം പറഞ്ഞാൽ ദീപു കളിയാക്കുമെന്ന് അപ്പോഴും അവൾക്ക് ഭയമുണ്ടായിരുന്നു.

"നാടകമോ? ഹേയ്. അതിവിടെയാവില്ല. ഇത് ആൾത്താമസമില്ലാതെ ഒഴിഞ്ഞുകിടക്കുന്ന സ്ഥലമായതിനാൽ അങ്ങനെയുള്ള പരിപാടി കളൊന്നും ഇവിടെ നടക്കാറില്ല. ഈ കാണുന്ന കാട്ടുപൊന്ത ഫോറസ്റ്റ് ഡിപ്പാർട്ട്മെന്റിന്റെ കീഴിലുള്ളതാണ്. ദാ അക്കാണുന്ന സ്ഥലമൊക്കെയും വനംവകുപ്പിന്റെതാണ്. അതുകൊണ്ടുതന്നെ ആരും ഇങ്ങോട്ട് വരാറേ യില്ല. പിന്നെ, വർഷ നാടകത്തിനു വന്നത് ഇതിന്റെയങ്ങേയറ്റത്ത് നമ്മൾ വന്നവഴിക്കെവിടെയെങ്കിലുമായിരിക്കും."

അതു ശരിയാണെന്ന് അമ്മുവിനും തോന്നി. ഇതുപോലെ വിജന മായ സ്ഥലത്തല്ല അന്ന് ആഘോഷപരിപാടികളുണ്ടായിരുന്നത്. അവിടെ

ധാരാളം വീടുകളും കടകളുമൊക്കെയുണ്ടായിരുന്നു. അത് മറ്റെവിടെ യെങ്കിലുമാകാം. ഇത് തീർച്ചയായും താൻ സ്വപ്നത്തിൽ കാണാറുള്ള കടൽത്തീരംതന്നെ. പക്ഷേ, കടലിൽ വന്നുചേരുന്ന പുഴയെവിടെ?

''ഇവിടെയെവിടെയെങ്കിലും പുഴയുണ്ടോ സാർ?''

അമ്മുവിന്റെ ചോദ്യം പ്രകാശൻ സാറിനെ അമ്പരപ്പിച്ചു. ഇപ്പോൾ ഗതിമാറിയൊഴുകുന്ന വാണി മേൽപ്പുഴ ഇവിടം കടലായിരുന്ന കാലത്ത് കടലിൽ സംഗമിച്ചിരുന്നത് ഇവിടെയായിരുന്നുവെന്ന് കുഞ്ഞഹമ്മദ് മാസ്റ്റർ പറഞ്ഞിരുന്നത് അദ്ദേഹം ഓർത്തു.

''ഇവിടെ ഇപ്പോൾ പുഴയില്ല. മുമ്പൊരു പുഴയുണ്ടായിരുന്നുവത്രെ. നമ്മുടെ വാണിമേൽപ്പുഴ ഈ വഴിയായിരുന്നുവത്രെ ഒഴുകിയിരുന്നത്.

ആട്ടെ എന്തുകൊണ്ടാ പുഴയുണ്ടോയെന്ന് അമ്മു ചോദിച്ചത്?''

''ഒന്നുമില്ല. ഈ പച്ചപ്പൊക്കെ കണ്ടപ്പോൾ പുഴയുള്ളതുപോലെ തോന്നി.''

അമ്മു ബോധപൂർവ്വം സ്വപ്നത്തിന്റെ കാര്യം മറച്ചുപിടിച്ചു.

“അതെ. ആ പച്ചപ്പുള്ളയിടത്തുകൂടെയായിരുന്നു പണ്ട് പുഴയൊഴുകി യിട്ടുണ്ടാവുക. ഇപ്പോഴവിടം ചതുപ്പുനിലമാണ്. പഴയ പുഴയുടെ ഓർമ്മ യാണ് ആ ചതുപ്പ്. ദീപുവെന്താ ഒന്നും മിണ്ടാത്തത്? ആകെ മൗനിയായി പ്പോയല്ലോ.''

''ദാ.. ഒരു കക്ക കിട്ടി സാർ.''

ദീപു മണലിൽ പൂഴ്ന്നു കിടന്നൊരു കക്കയുടെ കഷണം കണ്ടെ ടുത്തു.

''ആഹ! പുരാവസ്തുത്തെളിവുകൾ ഉദ്ഖനനം നടത്തി കണ്ടെത്തി ത്തുടങ്ങിയോ?''

പ്രകാശൻ സാർ ദീപുവിനെ നോക്കി ചിരിച്ചുകൊണ്ടു പറഞ്ഞു.

''ഉദ്ഖനനമോ?''

''അതെ. പഴയകാല ചരിത്രത്തിന്റെ തെളിവുകൾ കണ്ടെത്തുന്ന തിനായി മണ്ണ് കുഴിച്ചുമാറ്റി ശ്രമിക്കുന്നതിനെയാണ് ഉദ്ഖനനമെന്നു പറ യുക. ദീപു ഇപ്പോൾ ചെയ്തതും ഒരുതരം ഉദ്ഖനനമാണ്. കേടുകൂടാതെ ചരിത്രത്തിന്റെ അവശേഷിപ്പുകൾ ശ്രദ്ധിച്ച് പുറത്തെടുക്കുക.''

മാസ്റ്റർ പറയുന്നതുകേട്ട് വലിയയെന്തോ കാര്യം ചെയ്തമാതിരി ദീപു അമ്മുവിന്റെ മുന്നിൽ തലയുയർത്തിനിന്നു.

''ഇനി നമുക്ക് എന്താണിവിടെ ചെയ്യാനുള്ളത്? പരന്നുകിടക്കുന്ന മണലിൽ വെറുതെ കാഴ്ചകൾ കണ്ടുകൊണ്ടു നിൽക്കുന്നതിൽ അമ്മു വിന് മടുപ്പുതോന്നുന്നുണ്ടായിരുന്നു. കടൽത്തീരത്തെന്നപോലെ എപ്പോഴും നല്ല തണുത്ത കാറ്റുവീശുന്നുണ്ടായിരുന്നതിനാൽ വെയിലിന്റെ

ചൂടറിയുന്നില്ലെന്നേയുണ്ടായിരുന്നുള്ളൂ. വെയിലിന്റെ ശക്തി കൂടിക്കൂടി വരുന്നുണ്ടായിരുന്നു.''

സ്വപ്നത്തിൽ കാണാറുള്ള കടൽത്തീരം ഇതുതന്നെയാവുമോ? എല്ലാ കടൽത്തീരങ്ങളും ഒരേപോലെയല്ലേ? അതുകൊണ്ട് തനിക്കു തോന്നുന്നതാകും. അവൾ സമാധാനിക്കാൻ ശ്രമിച്ചു. അല്ലാതെ ഒരിക്കൽപ്പോലും കണ്ടിട്ടില്ലാത്ത ഈ സ്ഥലം തന്റെ സ്വപ്നത്തിൽ വരേണ്ട ഒരു കാരണവുമില്ല. നമുക്ക് എപ്പോഴെങ്കിലും, എവിടെയെങ്കിലും നേരിട്ടോ, വായനയിലൂടെയോ, ഭാവനയിലോ, പരിചയമുള്ള സ്ഥലങ്ങളാണ് നമ്മൾ സ്വപ്നത്തിൽ കാണുന്നതെന്ന് സ്കൂളിൽ നിന്നും മലയാളം ടീച്ചർ പറയാറുള്ളത് അമ്മുക്കുട്ടി ഓർത്തു.

''വരൂ.. വെറുതെ വെയിലുകൊള്ളണ്ട. വർഷയ്ക്കിന്നലെ പനിയായിരുന്നില്ലേ? ഇന്നും എന്റെ കൂടെ വന്നു പനിപിടിപ്പിച്ചാൽ വർഷയുടെയമ്മ എന്നെയാവും ചീത്തപറയുക.''

''അതിന് അമ്മയ്ക്ക് ദേഷ്യം വന്നകാര്യം സാറെങ്ങനെയറിഞ്ഞു?''

''അതൊക്കെയെനിക്കറിയാം. ഇന്നലെ ഞാൻ വന്നപ്പോൾ വർഷയുടെയമ്മയുടെ മുഖം കണ്ടപ്പൊഴേ എനിക്കു കാര്യം മനസ്സിലായി.''

അമ്മുവിന് ജാള്യത തോന്നി. അമ്മയിന്നലെ ദേഷ്യത്തോടെയാണോ സാറിനെ നോക്കിയിട്ടുണ്ടാവുക? അങ്ങനെയെങ്കിൽ അതെത്ര മോശമായ കാര്യമാണ്? സാർ ഞങ്ങളുടെ കാര്യത്തിനുവേണ്ടിയല്ലേ കഷ്ടപ്പെടുന്നത്? അതെന്താ അമ്മ മനസ്സിലാക്കാതെ പെരുമാറുന്നത്?

''അതൊന്നും സാരമില്ല വർഷമോളേ, എല്ലാ അമ്മമാരും അങ്ങനെയാ. സ്വന്തം മക്കൾക്ക് അസുഖം വന്നാൽ അമ്മമാർക്ക് സഹിക്കാൻ പറ്റില്ല. വർഷയ്ക്ക് പനിവന്നപ്പോൾ അമ്മയ്ക്ക് സങ്കടമായിക്കാണും. അല്ലാതെ എന്നോട് ദേഷ്യമൊന്നുമുണ്ടായിട്ടല്ല.''

''എന്നാലും, സാറിനോട്..''

''ഹേയ്.. അതിന് അമ്മ എന്നോടൊന്നും ദേഷ്യപ്പെട്ട് പറയുകയുണ്ടായിട്ടില്ലല്ലോ. അമ്മയുടെ മുഖത്തുനോക്കിയപ്പോൾ എനിക്കങ്ങനെ തോന്നിയെന്നുമാത്രം. അത് ചിലപ്പോൾ എന്റെ മാത്രം തോന്നലാകാം. അതു വിട്ടേക്കൂ.''

സാർ അങ്ങനെ പറഞ്ഞുവെങ്കിലും അമ്മുവിന്റെ മനസ്സിലതു തങ്ങിനിന്നു. അവർ വെയിലത്തുനിന്നും മാറി പൊന്തക്കാടിന്നടുത്തേക്ക് നീങ്ങി. കാടിനോട് ചേർന്ന്, മണൽ നിറഞ്ഞയിടത്തേക്കു ചായ്ഞ്ഞു നിൽക്കുന്ന രീതിയിൽ ചില മരങ്ങൾ അവിടെയുണ്ട്. അവയുടെ തണലിലേക്ക് മാറി നിൽക്കുകയായിരുന്നു അവരുടെ ഉദ്ദേശ്യം.

''നമ്മൾ കുടയെടുക്കാത്തതു മോശമായി. പിന്നെ നമ്മൾ വന്ന സമയവും ശരിയായില്ല. ഉച്ചതിരിഞ്ഞു വന്നാൽ മതിയായിരുന്നു ഇങ്ങോട്ട്. വൈകുന്നേരമാകുമ്പോൾ വെയിലിന് അല്പം ശമനമുണ്ടാകുമല്ലോ.''

മാസ്റ്റർ പറഞ്ഞപ്പോൾ അമ്മുവും ദീപുവും തലകുലുക്കി സമ്മതിച്ചു.

അവർ മരത്തണലിൽ ഇരിക്കാൻ പറ്റിയയിടം തേടി. ചതുപ്പിൽ നിന്നും ചെളിയും, പായലും കലർന്ന വെള്ളം കിനിഞ്ഞുവരുന്നുണ്ടായിരുന്നു അവിടെയൊക്കെ. വൃത്തിയായൊരിടം കണ്ടെത്താനവർ വിഷമിച്ചു.

"ദാ.. ആ മരത്തടിയേലിരിക്കാം നമുക്ക്."

കാറ്റിലോ മറ്റോ കടപുഴകിവീണ് ഉണങ്ങിക്കിടക്കുന്ന മരത്തടി ചൂണ്ടി ദീപു പറഞ്ഞു. എല്ലാവരും അങ്ങോട്ടു നീങ്ങി. മുകൾഭാഗം പരന്ന വീതിയുള്ള മരമായിരുന്നു അത്. അതിനു മുകളിലേക്ക് മറ്റൊരു മരത്തിന്റെ ചില്ല കുടപിടിച്ചതുപോലെ നിൽക്കുന്നതിനാൽ വെയിലുകൊള്ളാതെ സൗകര്യത്തിലിരിക്കാമായിരുന്നു അവർക്ക്. കൊണ്ടുവന്ന ബാഗിൽ നിന്നും ഒരു വിരിയെടുത്ത് വിരിച്ച്, അതിലേക്ക്, സഞ്ചിയിൽ നിന്നും പഴുത്ത ചക്കച്ചുളകൾ സാർ കുടഞ്ഞിട്ടു. നല്ല തേൻ വരിക്കച്ചക്കച്ചുളകൾ. അമ്മുവിന്റെ വായിൽ വെള്ളമൂറി. അവൾക്ക് ചക്കപ്പഴം എത്ര തിന്നാലും കൊതിതീരുമായിരുന്നില്ലല്ലോ.

"ഹായ്.. ചക്കപ്പഴം.."

സങ്കോചത്തോടെ ഒന്നു മടിച്ചുവെങ്കിലും, അമ്മു കൊതിയടക്കാൻ വയ്യാതെ ചക്കച്ചുളകൾ എടുത്തുകഴിക്കാൻ തുടങ്ങി.

"ഒരു കൊതിച്ചി."

ദീപു കളിയാക്കി.

"ഊം.. ഇവനും കൊതിയനാ. എനിക്ക് അമ്മയുണ്ടാക്കിത്തന്ന ചക്ക വരട്ടി മുഴുവൻ ഇവനൊറ്റയ്ക്കാ തിന്നുതീർത്തത്."

അവൾ ദീപുവിനെ പ്രതിരോധിക്കാൻ ശ്രമിച്ചു.

"സാരമില്ല. രണ്ടുപേരും നന്നായി കഴിച്ചോളൂ. ഇപ്പോഴത്തെ കുട്ടികൾക്കൊന്നും ചക്കപ്പഴവും, മാമ്പഴവുമൊന്നും ഇഷ്ടമില്ല. കുട്ടികൾ നാട്ടു പഴങ്ങൾ ധാരാളം കഴിക്കണം. എന്നാലേ നന്മയുണ്ടാകൂ. കുട്ടികൾ ആവേശത്തോടെ കളിതമാശകൾ പറഞ്ഞും, ചക്കപ്പഴം കഴിച്ചും മരത്തണലിന്റെ ശീതളിമയിൽ വിശ്രമിച്ചു. പ്രകാശൻ സാർ അടുത്ത മരത്തിന്റെ തണലിലിരുന്ന് വിശ്രമിക്കുകയാണ്. കൈയിലെ കടലാസ്സിൽ എന്തൊക്കെ വരയ്ക്കുകയും എഴുതുകയുമൊക്കെ ചെയ്യുന്നുണ്ട് അദ്ദേഹം. ഈ സമയം കുട്ടികൾ ഇരിക്കുന്ന മരത്തടിക്കുമപ്പുറത്തായി, കാട്ടുപൊന്തയ്ക്ക് മറപറ്റി, ഒരു മേഘപടലം പോലെ എന്തോ ഒന്ന് അന്തരീക്ഷത്തിൽ തങ്ങി നിൽക്കുന്നതായിക്കണ്ട് അദ്ദേഹം ഞെട്ടി.

ഒമ്പത്

തുമ്പികൾ...

കുട്ടികൾ തമാശകൾ പറഞ്ഞും, തേൻവരിക്കച്ചക്കച്ചുളയുടെ മധുര മാസ്വദിച്ചും, കടൽത്തീരത്തുനിന്നുമെന്നതുപോലുള്ള കാറ്റുകൊണ്ടും ഒരു വിനോദയാത്രയ്ക്ക് വന്ന മാനസികാവസ്ഥയിലായിരുന്നു. പ്രകാശൻ മാസ്റ്റർ പരിഭ്രാന്തിയോടെ എഴുന്നേറ്റുവരുന്നത് അവർ ശ്രദ്ധിച്ചതേയില്ല. കുട്ടികളുടെ പിന്നിൽ പ്രത്യക്ഷപ്പെട്ട മേഘപടലം ഇപ്പോഴില്ല. അത് പൊടുന്നനെ കാട്ടുപൊന്തയ്ക്കു പിന്നിലേക്ക് പിൻവലിഞ്ഞതുപോലെ അപ്രത്യക്ഷമായിരിക്കുന്നു. കുട്ടികളോട് ആ കാര്യം പറഞ്ഞാൽ ചില പ്പോൾ പേടിക്കും. ശ്രദ്ധിച്ചു കൈകാര്യം ചെയ്യണം. ആരോ, എന്തോ ഇവിടെ തങ്ങളെച്ചുറ്റിപ്പറ്റി നിൽക്കുന്നുണ്ടെന്നും, അത് എന്താണെന്നും പ്രകാശൻ സാർ പരിഭ്രമിച്ചു. അദ്ദേഹം കുട്ടികളെ വിളിച്ചു.

''വർഷമോളേ, ദീപൂ, വേഗം അവിടെനിന്നും എഴുന്നേൽക്ക്..''

കുട്ടികൾ സാർ പറഞ്ഞിട്ടും, അതിന്റെ ഗൗരവം ബോധ്യപ്പെടാതെ, ചക്കപ്പഴം കഴിക്കുന്നതിന്റെ സുഖം തടസ്സപ്പെട്ടതിന്റെ അസ്വസ്ഥതയോടെ, വളരെ സാവധാനത്തിലാണ് അവിടെ നിന്നും എഴുന്നേറ്റത്. അപ്പോഴും അമ്മുവിന്റെ കൈയിൽ ഒരു ചക്കപ്പഴച്ചുളയുണ്ടായിരുന്നു. ഒന്ന് അവളുടെ വായിൽ കടിച്ചുപിടിച്ച നിലയിലും. അവൾക്ക് സംസാരിക്കാനാവുന്നുണ്ടായിരുന്നില്ല. കുട്ടികളുടെ തണുത്ത പ്രതികരണത്തിൽ സാറിന് ദേഷ്യം വരുന്നുണ്ടായിരുന്നു. എങ്കിലും അത് മറച്ചുപിടിച്ച് അദ്ദേഹം അവരെ സ്നേഹത്തോടെ ശാസിച്ചു.

''വർഷ, ശ്രദ്ധിക്കൂ. വേഗം അവിടെ നിന്നും മാറൂ.''

ഇപ്പോൾ സാറിന്റെ സ്വരത്തിലുള്ള പരിഭ്രാന്തിയും, ഭയവും അമ്മുവും ദീപുവും തിരിച്ചറിഞ്ഞു. അവർ വേഗം അവിടെനിന്നും എഴുന്നേറ്റുമാറി.

"എന്തുപറ്റി സാർ?"

''ഹേയ്.. ഒന്നുമില്ല.''

സാർ സമാധാനിപ്പിച്ചുകൊണ്ട് വേഗം അവരിരുന്ന മരത്തിനു പിന്നിലെ കാട്ടുപൊന്തയ്ക്ക് പിന്നിലേക്ക് ചെന്നുനോക്കി. ഒന്നും കാണാനില്ല. താൻ വ്യക്തമായി കണ്ടതാണല്ലോ? അതോ, തന്റെ തോന്നലായിരുന്നുവോ?

ഹേയ്... അങ്ങനെ വരാൻ വഴിയില്ലല്ലോ. അകാരണമായൊരു ഭയം മനസ്സിൽ ഉരുണ്ടുകൂടുന്നതുപോലെ സാറിനു തോന്നി. കുട്ടികളേയും കൂട്ടി വന്നതുകൊണ്ടാണ്. താൻ ഒറ്റയ്ക്കായിരുന്നെങ്കിൽ കുഴപ്പമുണ്ടായിരുന്നില്ല. വിജനമായ പ്രദേശമായതിനാൽ പലതരം അസാന്മാർഗ്ഗിക പ്രവർത്തനങ്ങളുടെ കേന്ദ്രമാകാനും മതി ഇവിടം. തങ്ങളുടെ പ്രവൃത്തികൾക്ക് തടസ്സം നിൽക്കുന്നവരെ അവർ ചിലപ്പോൾ പേടിപ്പിച്ചും, അതുമല്ലെങ്കിൽ ദേഹോപദ്രവമേല്പിച്ചും ഒഴിവാക്കാനുള്ള ശ്രമം നടത്തിയെന്നു വരാം. അതുമല്ലെങ്കിൽ നാട്ടിൽ പ്രചരിക്കുന്ന കഥകൾ പോലെ വല്ല അതീന്ദ്രിയ ശക്തികളും? അങ്ങനെയൊരു സാധ്യത ഒരിക്കലുമുണ്ടാവില്ലെന്ന് മാസ്റ്റർ ആവർത്തിച്ച് മനസ്സിൽ ഉറപ്പിക്കുവാൻ ശ്രമിക്കുന്തോറും സംശയത്തിന്റെ നിഴൽ ഉള്ളിൽ വലുതായിവന്നു.

''ഒന്നുമുണ്ടാവില്ല. ചിലപ്പോൾ എന്റെ തോന്നലായിരിക്കും. അല്ലാതെ ഇവിടെയാരു വരാനാണ്?''

''എന്താണു സാർ?''

ദീപുവിന്റെ വാക്കുകളിൽ ഭയമുണ്ടായിരുന്നു.

''ഒന്നും പേടിക്കാനില്ലെന്നു പറഞ്ഞില്ലേ? നമുക്കൊന്നു പരിശോധിക്കാം. ദാ ഈ കാട്ടുപൊന്തയ്ക്കു പിന്നിലായാണ് അത് മറഞ്ഞുപോയത്.''

''ദേ.. ഒരു തുമ്പി!''

അമ്മു വിളിച്ചു പറഞ്ഞു. സാമാന്യത്തിലധികം വലിപ്പമുള്ളൊരു തുമ്പി നേരത്തെ അവരിരുന്ന മരത്തടിയിൽ പറ്റിപ്പിടിച്ചിരിക്കുന്നതായിക്കണ്ട് അവൾ വിസ്മയിച്ചു. ഇപ്പോൾ പെട്ടെന്നിതെവിടെനിന്നു വന്നു? നേരത്തെയൊന്നും കണ്ടിട്ടില്ലല്ലോ?

ദീപുവും, പ്രകാശൻ സാറും വന്നുനോക്കി തുമ്പിയെ ശ്രദ്ധിച്ചുവെങ്കിലും കാര്യമായ പ്രാധാന്യം അതിനു നൽകിയില്ല. കാടല്ലേ അടുത്തുള്ളത്? നമ്മൾ നാട്ടിൽ കാണാത്ത തരത്തിലുള്ള പലതരം തുമ്പികളും ജീവികളും ഉണ്ടായെന്നുവരും. സാർ വിചാരിച്ചു.

''ദാ... ഒന്നല്ല... പലതുണ്ട്. കുറേയധികം...''

തുമ്പികളുടെയെണ്ണം നോക്കിനിൽക്കേ വർദ്ധിച്ചുവർദ്ധിച്ചുവന്നു. അവ ചക്കപ്പഴത്തിന്റെ അവശിഷ്ടങ്ങളിൽ പറ്റിപ്പിടിച്ചിരിക്കയായിരുന്നു.

''കണ്ടില്ലേ? അവ നിങ്ങൾ നേരത്തെ കഴിച്ച ചക്കപ്പഴവും തേടിവന്നതാണ്.''

തുമ്പികളെ നിരീക്ഷിച്ചുകൊണ്ട് സാർ പറഞ്ഞു.

അസാധാരണമാംവിധം വലിപ്പമുള്ളവയായിരുന്നു അവയിൽ പല തുമ്പികളും. ചിറകുകളിൽ മഴവിൽ നിറമാർന്നവ! ഇത്തരം തുമ്പികളെ മുമ്പ് കണ്ടിട്ടില്ല. ചിലപ്പോൾ ഈ കാട്ടിൽ നിന്നുമുള്ള അപൂർവ്വയിനം തുമ്പികളായിരിക്കാം.

''ദാ.. അവിടെനിന്നാണവ പറന്നുവരുന്നത്.''

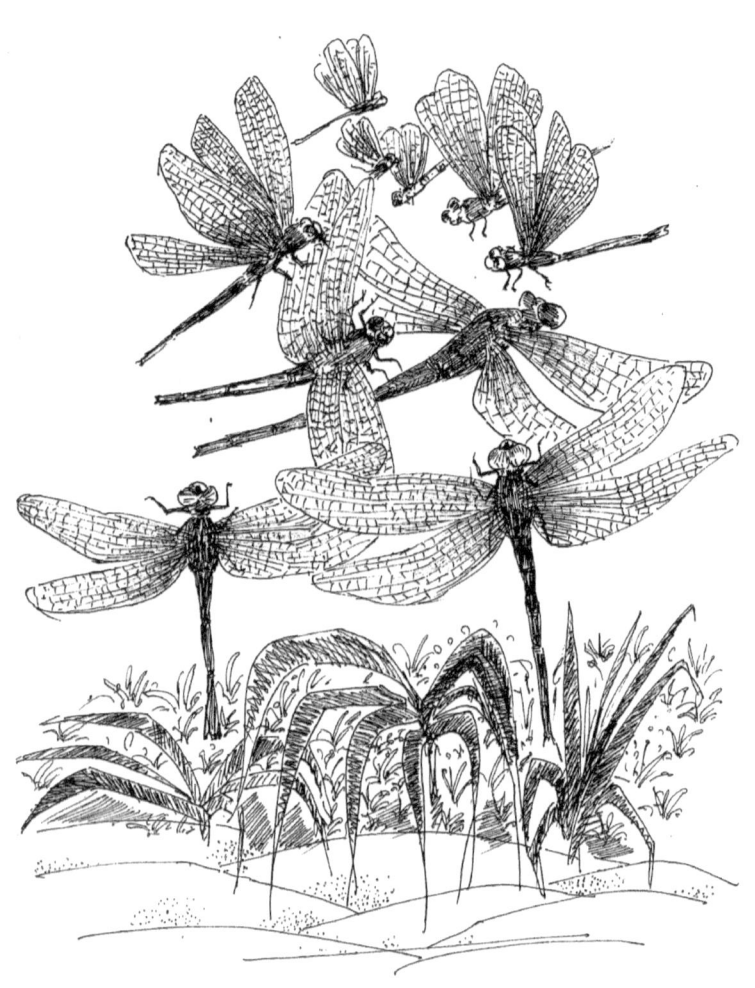

ദീപുവാണ് ഇപ്പോൾ തുമ്പികളുടെ ഉറവിടം കണ്ടെത്തിയത്. വായുവിലൊരു വരിയിട്ടതുപോലെ കാട്ടുപൊന്തയ്ക്ക് മറുവശത്തുനിന്നും തുമ്പികൾ പറന്നുവരികയാണ്. അതു കണ്ടപ്പോൾ മാസ്റ്റർക്ക് ഇത്തിരി സമയം മുമ്പ് താൻ കണ്ട മേഘപടലത്തിന്റെ രഹസ്യം പിടികിട്ടി. തുമ്പികൾ കൂട്ടമായെത്തിയതാവാം മേഘപടലമായി തനിക്കു തോന്നിയത്. എങ്കിലും ഇതിലെന്തോ ദുരൂഹതയുണ്ടല്ലോ. മാസ്റ്ററുടെ മനസ്സു പറഞ്ഞു.

''നമുക്കവിടെയൊന്നു പോയിനോക്കിയാലോ?''

അമ്മുവാണ് ചോദിച്ചത്. അവൾക്ക് സാഹസിക ബുദ്ധി കൂടുതലാണെന്നു തോന്നി. പുതുതായെന്തെങ്കിലും കണ്ടാൽ അതിന്റെ കാരണവും ഉറവിടവുമറിയാനുള്ള ചരിത്രവിദ്യാർത്ഥികൾക്കു വേണ്ടുന്നൊരു അഭിനിവേശം അവളിൽ മാസ്റ്റർക്ക് ദർശിക്കാൻ കഴിഞ്ഞു.

''ഊം.. നമുക്ക് നോക്കാം. സൂക്ഷിച്ചുവേണം. ദാ.. ഈ മണലിനോട് ചേർന്ന് പുല്ലുവളർന്നിരിക്കുന്നയിടത്ത് ചതുപ്പാണ്. കാൽ ചെളിയിൽ താഴ്ന്നുപോകാൻ മതി. ശ്രദ്ധിക്കണം. ദാ.. ഈ മരത്തടിയിൽ ചവിട്ടി നടന്നോളൂ..''

പ്രകാശൻ സാർ ദീപുവിന്റെ കൈപിടിച്ചു നടന്നു. അമ്മു ദീപുവിന്റെ കൈയിലും പിടിച്ചു. തുമ്പികളുടെ ഇരമ്പൽ ഇപ്പോൾ വ്യക്തമായി കേൾക്കാം. സാധാരണ തുമ്പികൾ ഇങ്ങനെ ശബ്ദമുണ്ടാക്കുമോ? ചിലപ്പോൾ ഇവയുടെ വലിയ ചിറകുകളായിരിക്കും ഈ ശബ്ദമുണ്ടാക്കുന്നത്. അമ്മുക്കുട്ടി വിചാരിച്ചു. പക്ഷേ, എന്തോ ഒരു യന്ത്രത്തിന്റെ മൂളിച്ചപോലെയാണ് ഇപ്പോൾ അവയുടെ ശബ്ദം. പൊടുന്നനെ നേരത്തെ അവർ ഇരുന്നയിടത്തു ചക്കപ്പഴത്തിന്റെയവശിഷ്ടങ്ങളിൽ പറ്റിപ്പിടിച്ചിരുന്ന തുമ്പികൾ ഒന്നടങ്കം അവരുടെ നേരെ പറന്നുവന്നു. അവർക്കുമുന്നിൽ ഒരു പ്രതിരോധം സൃഷ്ടിക്കുകയാണ് അവയുടെ ലക്ഷ്യം എന്നവർക്കു തോന്നി. അവർ പിന്നാക്കം മാറി മണൽപ്പരപ്പിലേക്കുതന്നെ തിരിച്ചുവന്നു. തുമ്പികൾ ഇപ്പോൾ കൂട്ടമായി ഒരു ഗോളാകൃതിപൂണ്ട് അവർക്കുനേരെ ഒന്നിച്ചു പറന്നുവരുന്നത് അവർ കണ്ടു.

''ഹേയ്.. മാറിപ്പോകു.. ഞങ്ങൾ നിങ്ങളെ ഉപദ്രവിക്കാൻ വന്നവരല്ല.''

മാസ്റ്റർക്ക് അപ്പോൾ അങ്ങനെ പറയാനാണ് തോന്നിയത്. പക്ഷേ, അദ്ഭുതം! ആ തുമ്പികളുടെ ഗോളം ഇപ്പോൾ ചിതറിമാറിക്കഴിഞ്ഞിരിക്കുന്നു. ഒരു തുമ്പി സ്നേഹത്തോടെയെന്നവണ്ണം അമ്മുക്കുട്ടിയുടെ കൈയിൽ വന്നിരുന്നു. ഒരെണ്ണം ദീപുവിന്റെ ചെവിയിലും. ഒരെണ്ണം പ്രകാശൻ സാറിന്റെ നെറ്റിയിലും. അമ്മുക്കുട്ടിയും, ദീപുവും അതുകണ്ടു ചിരിച്ചു.

''ദേ.. സാറിന്റെ നെറ്റിയിലൊരു തുമ്പി.''

''ഈ തുമ്പികൾക്ക് എന്തോ രഹസ്യമുണ്ടെന്നു തോന്നുന്നു. അതുകൊണ്ടാണവ നമ്മളെ അവരുടെ കേന്ദ്രത്തിലേക്ക് അടുപ്പിക്കാത്തത്. നമുക്കതു കണ്ടെത്തണം.''

അമ്മു പറഞ്ഞതിൽ കാര്യമുണ്ടെന്ന് പ്രകാശൻ സാറിനും, ദീപുവിനും തോന്നി. പക്ഷേ, പൊടുന്നനെ അപ്പോൾ അവരെ ചുറ്റിപ്പറ്റി പറന്നിരുന്ന തുമ്പികൾ സംഘടിച്ച് വീണ്ടും അവരുടെ നേരെ വന്നു. ദീപു അവയെ കൈകൊണ്ട് തട്ടിക്കളയാൻ നോക്കി. പക്ഷേ, അവയുടെ ശക്തി അപാര മായിരുന്നു. അവന്റെ കൈ വേദനിച്ചു. തുമ്പികളുടെ ചിറകുകൾക്ക് മുള്ളിന്റെ മൂർച്ചയുള്ളതുപോലെ!

''തുമ്പികൾ സമ്മതിക്കുന്നില്ലല്ലോ. നമ്മൾ പറയുന്നത് അവയ്ക്ക് മനസ്സിലാവുന്നുണ്ടെന്നു തോന്നുന്നു.''

ഇപ്പോൾ തുമ്പികളെ കാണാനില്ല. അവ എവിടെയോ മറഞ്ഞിരി ക്കുന്നു. ഒരെണ്ണം പോലുമില്ല. എവിടെയും. അമ്മുവും, ദീപുവും ചെടി കളുടെയിലകളിലും മറ്റും നോക്കി. എവിടെയുമില്ല.

''തുമ്പിക്കളൊക്കെ പോയി. നമുക്ക് ഒന്നുകൂടെ ചെന്നുനോക്കിയാലോ?''

അമ്മു പറഞ്ഞതിനനുസരിച്ച് അവർ ഒന്നുകൂടെ നേരത്തെ നടന്ന ചായ്ഞ്ഞു വീണുകിടന്ന മരത്തടിയിലൂടെ നടന്നുചെന്നു. കുറച്ച് കാടിന്റെ ഉള്ളിലേക്കു ചെന്നപ്പോഴേക്കും വീണ്ടും തുമ്പികൾ സംഘമായി വന്ന് അവരെ പ്രതിരോധിച്ചു. ഇത്തവണ അവ കുട്ടികളുടെ കൈകളിലും, മുഖത്തുമൊക്കെ ചിറകുകൾ കൊണ്ട് പോറലുണ്ടാക്കി. എന്തോ ആയുധം കൊണ്ട് മുറിവേല്പിക്കുന്നതുപോലെ. അമ്മു പേടിച്ചു കരയാൻ തുടങ്ങി.

''പേടിക്കേണ്ട.. നമ്മളെ പേടിച്ചിട്ടാണവ നമ്മെ ആക്രമിക്കാൻ വരുന്നത്. എന്താണതിന്റെ രഹസ്യമെന്ന് കണ്ടെത്തണമല്ലോ. നമ്മൾ അവയെ ഉപദ്രവിക്കാൻ വന്നതല്ലെന്ന് അവയ്ക്ക് മനസ്സിലായാൽ മതി യായിരുന്നു.''

സാർ പറഞ്ഞുകഴിയുമ്പോഴേക്കും വീണ്ടും തുമ്പികൾ അപ്രത്യക്ഷ മായി. ഇതെന്തു മറിമായം? മാസ്റ്റർ വിചാരിച്ചു. ഏതായാലും തങ്ങൾ പറയുന്നത് അവർക്ക് മനസ്സിലാവുന്നുണ്ട്. അതുകൊണ്ടാണവ ഇപ്പോൾ പിൻവാങ്ങിയിട്ടുണ്ടാവുക. അങ്ങനെയെങ്കിൽ ഒരു സൂത്രം പ്രയോഗിക്കുക തന്നെ. സാർ വിചാരിച്ചു. അദ്ദേഹം കുട്ടികളുടെ മുഖത്തേക്കു നോക്കി ഒരു സൂത്രച്ചിരി ചിരിച്ച് കണ്ണിറുക്കിക്കാണിച്ചു. എന്നിട്ട് ഉച്ചത്തിൽ വിളിച്ചു പറഞ്ഞു.

''തുമ്പികളേ, പ്രിയപ്പെട്ട തുമ്പികളേ.. ഞങ്ങൾ നിങ്ങളുടെ ശത്രു ക്കളല്ല. ഞങ്ങൾ ചരിത്ര ഗവേഷകരാണ്. ദാ ഈ കുട്ടികൾക്ക് നിങ്ങളുടെ രഹസ്യം അറിയണമെന്നുണ്ട് ഒന്നു നിങ്ങളുടെ താമസസ്ഥലം കാണിച്ചു തരാമോ?''

സാറിന്റെ ചോദ്യത്തിന് മറുപടിയെന്നവണ്ണം ഒന്നുരണ്ടു നിമിഷ ങ്ങൾക്കകം കാട്ടുപൊന്തയ്ക്കകത്തുനിന്നും യന്ത്രത്തിന്റെ മുരൾച്ച പോലെയൊരു ശബ്ദമുയർന്നു. എന്താണത്? കുട്ടികൾ പേടിച്ചു. സാറിനും ചെറിയൊരു പേടിതോന്നാതിരുന്നില്ല.

പത്ത്

ഇലച്ചുരുളുകൾ..

കാട്ടുപൊന്തയ്ക്കുള്ളിലേക്ക് ചെടികൾ വകഞ്ഞുമാറ്റി കയറിനോക്കുമ്പോൾ കണ്ടത് വലിയൊരു മരക്കുറ്റിയാണ്. പണ്ടെങ്ങോ മുറിച്ചു മാറ്റിയതിനെത്തുടർന്ന് ജീർണ്ണാവസ്ഥയിലായ അതിന്റെ മുകൾപ്പരപ്പിലെ വിസ്താരം രണ്ടുമീറ്ററോളം വരുമായിരുന്നു. അതിന്റെ മധ്യഭാഗത്ത് കാതൽ കേടുവന്നു നശിച്ചുപോയെന്നവണ്ണം വലിയൊരു തുള രൂപപ്പെട്ടിട്ടുണ്ടായിരുന്നു. അതിന്നകത്തുനിന്നാണ് ആ യന്ത്രമുരൾച്ചയുടെ ശബ്ദം പുറപ്പെടുന്നതെന്ന് കുട്ടികൾക്കും, പ്രകാശൻ സാറിനും മനസ്സിലായി. അവർ പരസ്പരം നോക്കി.

"വല്ല ഭൂതവുമായിരിക്ക്വോ?"

ദീപു പേടിച്ചു വിറച്ചുകൊണ്ടു ചോദിച്ചു. അവന്റെ മനസ്സിൽ ബാലമാസികകളിൽ വായിച്ച കഥകളിലെ ഭൂതം പുകച്ചുരുളുകളുമായുയർന്നു വന്നു. അവൻ അമ്മുവിന്റെ കൈ മുറുക്കെ പിടിച്ചു. അവളുടെ കൈകളും പേടിച്ച് തണുത്തുപോയിരുന്നു.

"ഭൂതമോ? "

പ്രകാശൻ സാർ ചിരിച്ചു.

"ഭൂതങ്ങളും, പിശാചുക്കളുമൊക്കെ കഥകളിലേയുള്ളൂ. എന്റെ ഊഹം ശരിയാണെങ്കിൽ ഇതിനകത്താണ് നമ്മൾ നേരത്തെ കണ്ട കാട്ടുതുമ്പികളുടെ വാസം."

അമ്മുവും, ദീപുവും തുമ്പികളുടെ ചിറകിന്റെ മൂർച്ചയാൽ പോറലേറ്റ മുഖം തടവിനോക്കി.

"പേടിക്കേണ്ട. തുമ്പികൾ നമ്മെ ഉപദ്രവിക്കില്ല എന്ന് എന്റെ മനസ്സു പറയുന്നു. അവയുടെ പിന്നിൽ എന്തൊക്കെയോ രഹസ്യങ്ങളുണ്ട്. അതെന്താണെന്ന് നമുക്ക് കണ്ടെത്തണം. നമ്മൾ പറയുന്ന കാര്യങ്ങൾ കൃത്യമായി അവയ്ക്ക് മനസ്സിലാവുന്നുണ്ട്. അതുകൊണ്ടാണ് നമ്മൾ അവയെ ഉപദ്രവിക്കാൻ വന്നവരല്ലെന്നു പറഞ്ഞപ്പോൾ അവർ നമ്മെ ആക്രമിക്കാതെ പിൻവാങ്ങിയത്."

മരത്തിന്റെ മാളത്തിൽ നിന്നും യന്ത്രമുരൾച്ചയുടെ ശബ്ദം പൂർണ്ണ മായും നിലച്ചിരിക്കുന്നു. അവ അകത്തുനിന്നും പുറത്തുനിന്നുള്ള ശബ്ദ ങ്ങൾക്ക് കാതോർക്കുകയാണെന്നു തോന്നിച്ചു.

പ്രകാശൻ സാർ നീട്ടി വിളിച്ചു.

"തുമ്പികളേ, ഞങ്ങൾ നിങ്ങളുടെ കൂട്ടുകാരാണ്. ഉപദ്രവിക്കാൻ വന്ന വരല്ല. പുറത്തേക്കുവരൂ. പുറത്തേക്കു വരൂ.."

തുമ്പികളെ വിളിച്ച ശേഷം സാർ കുട്ടികളുടെ മുഖത്തേക്കു നോക്കി എന്തോ കുസൃതിചെയ്തതുപോലെ കണ്ണിറുക്കിക്കാണിച്ചു. കുട്ടികൾ അദ്ഭുതത്തോടെ സാറിന്റെ മുഖത്തേക്കു നോക്കിനിൽക്കേ, മറ്റൊരദ്ഭുതം സംഭവിച്ചു. മരത്തിന്റെ മാളത്തിൽ നിന്നും ഒരു വലിയ തുമ്പി പുറത്തേക്കു പറന്നുവന്നു. പിന്നാലെ വരിവരിയായെന്നോണം മറ്റു തുമ്പികളും. അവ പറന്നുയർന്ന് കുട്ടികളുടെയും മാസ്റ്ററുടെയും തലയ്ക്കു മുകളിൽ വായു വിൽ ഒരു മേഘപടലം പോലെ നിലയുറപ്പിച്ചു. അതുശരി. അപ്പോൾ

താൻ ഊഹിച്ചത് ശരിയാണ്. നേരത്തെ കുട്ടികളുടെ പിന്നിൽ പ്രത്യക്ഷപ്പെട്ട് ഒളിച്ചുകളിച്ച മേഘപടലം ഈ തുമ്പികൾ തന്നെയാണ് അല്ലേ? മാസ്റ്റർ ആലോചിച്ചു ചിരിച്ചു.

‘‘കണ്ടോ? എത്ര നല്ലവരും അനുസരണയുള്ളവരുമാണ് ഈ തുമ്പികൾ? നമ്മൾ അവരുടെ ശത്രുക്കളല്ലെന്നു മനസ്സിലായപ്പോൾ അനുസരണയുള്ളവരായി അച്ചടക്കത്തോടെ പുറത്തേക്കു വന്നതുകണ്ടില്ലേ?’’

പ്രകാശൻ സാർ കുട്ടികളുടെ മുഖത്തേക്ക് ചിരിയോടെ നോക്കി. ഇതൊക്കെ എങ്ങനെ സാധിക്കുന്നു എന്ന് അദ്ഭുതത്തോടെ കുട്ടികൾ നോക്കി. സാറിന് എന്തെങ്കിലും അദ്ഭുതസിദ്ധികളുണ്ടോ എന്നായിരുന്നു ദീപുവിന്റെ സംശയം. അല്ലാതെ കഥകളിൽ വായിക്കുന്നതുപോലെ മന്ത്രം ചൊല്ലിയെന്നവണ്ണം മരപ്പൊത്തിൽ നിന്നും തുമ്പികളെ പുറത്തെത്തിക്കുവാൻ എങ്ങനെ സാധിച്ചു?

‘‘ഹായ്, തുമ്പികളെക്കാണാൻ ഇപ്പോൾ നല്ല ഭംഗിയുണ്ട്. നല്ല മഴവിൽ നിറമുള്ളവയാണവയുടെ ചിറകുകൾ. ഒരു മഴവിൽ മേഘംപോലെയുണ്ട് ഇപ്പോഴവ ആകാശത്ത് തങ്ങിനിൽക്കുമ്പോൾ.’’

അമ്മുവിന്റെ പുകഴ്ത്തൽ തുമ്പികൾക്ക് ഇഷ്ടമായെന്നു തോന്നുന്നു. അവ അവളുടെ തലയ്ക്കു മുകളിലൂടെ ഒന്നു വട്ടമിട്ട് പറന്നു. തുമ്പികൾ പൂർണ്ണമായും തങ്ങളോട് ഇണങ്ങിക്കഴിഞ്ഞുവെന്ന് അവർക്കു തോന്നി.

‘‘നമുക്ക് ഇവയുടെ കൂട് ഒന്നു പരിശോധിച്ചാലോ?’’

അമ്മു ചോദിച്ചതും, തുമ്പികളുടെ സ്വഭാവം മാറി. അവ കൂട്ടമായി ഒന്നു മുരണ്ടു. കൂട്ടമായി ചിറകടിച്ചുകൊണ്ട് അവളുടെ തലയ്ക്കുമുകളിൽ അവ വട്ടമിട്ടു.

‘‘വേണ്ട വേണ്ട... കൂട് പരിശോധിക്കേണ്ട. ഞാൻ വെറുതെ പറഞ്ഞതാ.’’

അമ്മുക്കുട്ടി തുമ്പികളോട് ക്ഷമചോദിച്ചു. പക്ഷേ, അപ്പോഴേക്കും ദീപു മരക്കുറ്റിയിലേക്ക് ചാടിക്കയറിക്കഴിഞ്ഞിരുന്നു. അവൻ ഏന്തിവലിഞ്ഞ് മരക്കുറ്റിയുടെ മധ്യത്തിലുള്ള മാളത്തിലേക്കു നോക്കി. തുമ്പികൾ അരിശംപൂണ്ട് അവന്റെ തലയ്ക്കുമുകളിൽ ശബ്ദമുണ്ടാക്കിക്കൊണ്ട് ചിറകടിച്ചുവെങ്കിലും അവൻ മാളത്തിനുള്ളിലേക്ക് കൈയിട്ടുകഴിഞ്ഞിരുന്നു.

‘‘വേണ്ട ദീപു. അങ്ങനെ ചെയ്യരുത്. അവയുടെ കൂട് നശിപ്പിക്കരുത്. ചിലപ്പോൾ മാളത്തിൽ ഇഴജന്തുക്കളോ മറ്റോ ഉണ്ടെങ്കിൽ അപകടമാണ്.’’

അമ്മു പറഞ്ഞുകഴിയുമ്പോഴേക്കും ദീപു ഉറക്കെ നിലവിളിച്ചുകൊണ്ട് കൈ പുറത്തേക്കെടുത്തു. അവന്റെ കൈയിൽ എന്തോ കടിച്ചതുപോലെ അവൻ ഉറക്കെ കൈകുടഞ്ഞു. പ്രകാശൻ സാറും പേടിച്ചു. മാളത്തിനുള്ളിൽ എന്തെങ്കിലും ഇഴജന്തുക്കൾ ഉണ്ടായിരുന്നുവോ? അത് ദീപുവിനെ കടിച്ചുവോ? പക്ഷേ, ദീപുവിന്റെ കൈകളെ പൊതിഞ്ഞുകൊണ്ട് നിറയെ

തുമ്പികളായിരുന്നു. അവയാണ് അവന്റെ കൈയിൽ കടിച്ചുപിടിച്ചിരിക്കുന്നത്. ദീപു അവയെ കുടഞ്ഞുകളയാൻ നോക്കി. വായുവിൽ മേഘപടലം പോലെ തങ്ങിനിന്നിരുന്ന തുമ്പികളും ഇപ്പോൾ അക്രമാസക്തരായതു പോലെ തോന്നിച്ചു. അവ കൂട്ടത്തോടെ ദീപുവിനുനേരെ പറന്നുവന്നു.

''ഹേയ്.. ദൂരെപ്പോ.. ഞങ്ങൾ നിങ്ങളെ ഉപദ്രവിക്കാൻ വന്നതല്ലെന്നു പറഞ്ഞില്ലേ?''

മാസ്റ്ററുടെ ശാസനകേട്ട് തുമ്പികൾ ഒരുനിമിഷം പിൻവാങ്ങിയെങ്കിലും ദീപുവിനുനേരെ വീണ്ടും പറന്നുവന്നു. അപ്പോഴാണ് പ്രകാശൻ സാർ അതു ശ്രദ്ധിച്ചത്. ദീപുവിന്റെ കൈയിൽ ഏന്തോ ഉണങ്ങിയ ഇലച്ചുരുളുകൾ! നീളത്തിലുള്ളവ. അവയിൽ എന്തൊക്കെയോ കോറിവരച്ചിട്ടുണ്ട്. പ്രകാശൻ സാർ ദീപുവിൽ നിന്നും ആ ഇലച്ചുരുളുകൾ വാങ്ങിനോക്കി. തുമ്പികളുടെ പ്രതിഷേധം വകവയ്ക്കാതെ അത് തുറന്നുനോക്കി. ശരിതന്നെ. എന്തൊക്കെയോ ആ ഉണങ്ങിയ ഇലച്ചുരുളുകളിൽ എഴുതിയിട്ടുണ്ട്. ഏതോ പ്രാകൃതഭാഷയിലാണ് എഴുത്ത്. പലതരം ചിത്രങ്ങളും ചിഹ്നങ്ങളും ചേർന്ന് അടുക്കും ചിട്ടയുമില്ലാതെയാണ് എഴുതിയിരിക്കുന്നത്. മാസ്റ്റർ തഞ്ചത്തിൽ കഴുത്തിൽ തൂക്കിയിട്ടിരുന്ന ക്യാമറകൊണ്ട് ആ ഇലച്ചുരുളുകളുടെ ഫോട്ടോയെടുത്തു. അതിലെ എഴുത്തുകൾ വ്യക്തമാകുന്ന വിധത്തിലായിരുന്നു ഫോട്ടോകളെടുത്തത്. അതിനുശേഷം മാസ്റ്റർ ആ ഇലച്ചുരുളുകൾ മരക്കുറ്റിയിലെ മാളത്തിലേക്കുതന്നെയിട്ടു. എന്നിട്ടദ്ദേഹം തുമ്പികളോട് വിളിച്ചു പറഞ്ഞു.

''തുമ്പികളേ, ഞങ്ങൾ നിങ്ങളെയൊന്നും ചെയ്യില്ല. ഞങ്ങളിതാ തിരിച്ചുപോകുന്നു. നിങ്ങളുടെ ഇലച്ചുരുളുകളും നിങ്ങളുടെ കൂട്ടിലേക്കിട്ടിട്ടുണ്ട്. ഞങ്ങളെപ്പോകാനനുവദിക്കൂ.''

അപ്പോഴേക്കും ഇലച്ചുരുളുകളുടെ പിന്നാലെ തുമ്പികളൊക്കെ മാളത്തിലേക്ക് ഊളിയിട്ടുകഴിഞ്ഞിരുന്നു.

''വാ.. വേഗംവാ.. ഇനിയിവിടെ നിൽക്കുന്നത് ശരിയല്ല. നമുക്ക് പോകാം.''

മാസ്റ്ററും, കുട്ടികളും വേഗംതന്നെ പൊന്തക്കാട്ടിൽ നിന്നും പുറത്തേക്കുകടന്നു.

''ഹൊ! ഇപ്പോഴാണ് സമാധാനമായത്. എന്തൊരു ബഹളമായിരുന്നു? രക്ഷപ്പെട്ടു.''

ദീപുവും അമ്മുവും ഒരുമിച്ചു പറഞ്ഞു. അവർ മരത്തണലിൽ മണലിലിരിക്കുകയായിരുന്നു. ദീപുവിന്റെ കൈകൾ നീറുന്നുണ്ടായിരുന്നു.

''ഹൊ! എന്തൊരു കടിയാണവറ്റ കടിച്ചത്? ഭയങ്കരവേദന.''

''നീയ്യവറ്റയുടെ കൂട്ടിൽ കൈയിടാൻ പോയതോണ്ടല്ലേ? അതിനുള്ളിൽ വല്ല പാമ്പോ മറ്റോ ഉണ്ടാരുന്നെങ്കിലോ?''

അമ്മു ദീപുവിനെ ശാസിച്ചു. ദീപുവിന് അങ്ങനെയൊരു സാധ്യതയെപ്പറ്റി അപ്പോൾ ചിന്തയുണ്ടായിരുന്നില്ല. ഉണ്ടായിരുന്നെങ്കിൽ തീർച്ചയായും അവൻ മാളത്തിൽ കൈയിടില്ലായിരുന്നു.

''ഏതായാലും ദീപുവിന്റെ സാഹസം നന്നായി. നമുക്ക് വളരെ വിലപ്പെട്ട ചില വിവരങ്ങൾ ഈ രേഖകളിൽ നിന്നും കിട്ടുമെന്ന് എന്റെ മനസ്സു പറയുന്നു.''

പ്രകാശൻ സാർ പറഞ്ഞപ്പോൾ കുട്ടികൾ അദ്ഭുതത്തോടെ നോക്കി.

''രേഖകളോ?''

അമ്മുക്കുട്ടി അദ്ഭുതത്തോടെ ചോദിച്ചു.

''അതെ. രേഖകൾ. ദീപു മരക്കുറ്റിയുടെ പൊത്തിൽനിന്നും വലിച്ചെടുത്ത ആ ഇലച്ചുരുളുകളുണ്ടല്ലോ. അത് വിലപ്പെട്ട രേഖകളാണെന്നാണെനിക്കു തോന്നുന്നത്. ആ ഇലച്ചുരുളുകളിൽ എന്തൊക്കെയോ കുറുകുറാന്ന് ഏതോ അജ്ഞാത പ്രാകൃത ലിപിയിൽ എഴുതിയിട്ടുണ്ട്. ഞാൻ അവയുടെ ഫോട്ടോകളെടുത്തിട്ടുണ്ട്. അതൊന്നു പരിശോധിക്കണം. ചില ഭാഷാശാസ്ത്രജ്ഞൻമാരെ എനിക്ക് പരിചയമുണ്ട്.

അവരെയൊക്കെയൊന്ന് കാണിക്കണം. എന്തെങ്കിലും വിവരങ്ങൾ കിട്ടുമോയെന്നൊന്നു ശ്രമിക്കാമല്ലോ.''

ദീപുവിന് അഭിമാനം തോന്നി. അവൻ അറിഞ്ഞുകൊണ്ടായിരുന്നില്ല ആ ഇലച്ചുരുളുകൾ എടുത്തത്. പൊത്തിനുള്ളിൽ കൈയിട്ടപ്പോൾ എന്തോ കൈയിൽ തടഞ്ഞു. അപ്പോഴേക്കും തുമ്പികൾ കൈയിൽ പൊതിഞ്ഞിരുന്നു. അവയിൽനിന്നും രക്ഷപ്പെടാൻ വേണ്ടിയാണ് ആ ഇലച്ചുരുളുകളോടെ കൈ പിൻവലിച്ചത്. അത് ഇത്രവലിയ തെളിവാകുമോ? അവൻ ഒരിക്കലും അങ്ങനെ ചിന്തിച്ചിരുന്നില്ല.

''അതിന് ആ ഇലച്ചുരുളുകളുമായി തുമ്പികൾക്കെന്തു ബന്ധം? അവ ആ മാളത്തിൽ താമസിക്കുന്നുവെന്നല്ലേയുള്ളൂ. ഇലച്ചുരുളൊക്കെ വേറെയാരെങ്കിലും കൊണ്ടുവന്നുവെച്ചതാവാനും വഴിയില്ലേ?''

''അങ്ങനെയുമാകാം. പക്ഷേ, ആ ഇലച്ചുരുളുകളുമായി തുമ്പികൾക്ക് ബന്ധമുള്ളതുപോലെ എനിക്കു തോന്നുന്നു. അതെടുത്തപ്പോഴാണ് ദീപുവിനോട് അവയ്ക്ക് അത്രയ്ക്കധികം അരിശം തോന്നിയത്. ഞാൻ അത് തിരികെ പൊത്തിലേക്കിട്ടപ്പോൾ അവ തിരിച്ചുപോയത് നിങ്ങൾ കണ്ടതല്ലേ? ഏതായാലും അതിനകത്ത് രേഖപ്പെടുത്തിയിരിക്കുന്ന പ്രാകൃത ലിപിക്ക് എന്തെങ്കിലും ചരിത്രം നമ്മോട് പറയാനുണ്ടാവാതിരിക്കില്ലെന്നെന്റെ മനസ്സു പറയുന്നു.''

അമ്മുക്കുട്ടിക്കും അങ്ങനെ തോന്നി. വെറുതെ അങ്ങനെ എന്തോ എഴുതിയൊരു ഇലച്ചുരുൾ മരപ്പൊത്തിൽ വരുമോ? തുമ്പികൾ അവയെ സംരക്ഷിക്കുന്നതുപോലെ തോന്നുന്നു. അതിൽ എന്തെങ്കിലും രഹസ്യമുണ്ടാകും.

''നമ്മളെങ്ങനെ അത് പരിശോധിക്കും?''

ദീപു സംശയം പ്രകടിപ്പിച്ചു.

''അതിനൊക്കെ വഴിയുണ്ട്. ഞാൻ പറഞ്ഞില്ലേ? എനിക്ക് ചില ഭാഷാ ശാസ്ത്രജ്ഞൻമാരെയും ചരിത്ര പണ്ഢിതന്മാരെയുമൊക്കെ പരിചയ മുണ്ട്. പലരും വിദേശങ്ങളിലാണ്. സോഷ്യൽ മീഡിയയിലൂടെയും മറ്റും പരിചയപ്പെട്ടവർ. കൂടാതെ ഞാൻ ജോലിചെയ്യുന്ന പുരാവസ്തുവകുപ്പു മായി സഹകരിക്കുന്നവർ. അവർക്കൊക്കെ ആ ലിപികളുടെ ഫോട്ടോ കൾ ഇ മെയിലായി അയച്ചുകൊടുക്കണം. അവർക്ക് നമ്മളെ സഹായി ക്കാൻ കഴിയാതിരിക്കില്ല.''

അമ്മുക്കുട്ടിക്ക് സന്തോഷമായി. ചരിത്രരചന എങ്ങനെ മുന്നോട്ടു പോകും എന്നു രൂപമില്ലെങ്കിലും, തങ്ങൾ എന്തൊക്കെയോ കാര്യമായി ചെയ്യുന്നുണ്ടെന്ന് അവൾക്ക് ബോധ്യമായി. ശരിക്കും പറഞ്ഞാൽ പ്രകാശൻ സാറാണ് തങ്ങളെക്കാൾ കൂടുതലായി ചെയ്യുന്നത്. സാറിനു വേണം സമ്മാനം കൊടുക്കുവാൻ. അമ്മുവിന് തോന്നി.

''ഏതായാലും നമുക്കിപ്പോൾ തിരിച്ചുപോകാം. നിങ്ങൾക്ക് വിശക്കു ന്നുണ്ടാവുമല്ലോ? നമ്മുടെ കൈയിൽ ബാക്കിയുള്ള ചക്കപ്പഴമൊക്കെ ഇവിടെവെക്കാം. തുമ്പികൾക്ക് അവ വളരെയിഷ്ടമാണല്ലോ. അവ കഴിച്ചു കൊള്ളട്ടെ.''

പ്രകാശൻ സാർ സഞ്ചിയിൽ ബാക്കിവന്ന ചക്കച്ചുളകളൊക്കെ കാട്ടു പൊന്തയ്ക്കുള്ളിലേക്ക് കുടഞ്ഞിട്ടു. ബാഗും, ക്യാമറയുമൊക്കെയെടുത്ത് അവർ മണലിലൂടെ തിരിച്ചു നടന്നു. വെയിലിന് ശക്തികൂടിയിരിക്കുന്നു. സമയം നട്ടുച്ച കഴിഞ്ഞിട്ടുണ്ടാകും. നട്ടുച്ചകഴിഞ്ഞ സമയത്താണ് ഏറ്റവു മധികം ഭൗമവികിരണം നടക്കുന്നതെന്ന് ജ്യോഗ്രഫി ടീച്ചർ പറഞ്ഞത് അമ്മു ഓർത്തു. സൗരവികിരണത്തേക്കാൾ അന്തരീക്ഷത്തെ ചൂടുപിടിപ്പി ക്കുന്നത് ഭൗമവികിരണമാണ്. അതുകൊണ്ടാണ് സൂര്യനിൽ നിന്നും ഭൂമി യിലേക്കു പതിക്കുന്ന സൗരവികിരണം ഏറ്റവുമധികം നടക്കുന്ന നട്ടുച്ച പന്ത്രണ്ടുമണി സമയത്തേക്കാൾ, ഭൂമി പ്രതിഫലിപ്പിക്കുന്ന ഭൗമ വികിരണം ഏറ്റവും ഉയർന്നതോതിൽ നടക്കുന്ന രണ്ടുമണി സമയത്ത് ഏറ്റവും വലിയ അന്തരീക്ഷതാപനില അനുഭവപ്പെടുന്നത്. കാലിന്നടി യിൽ മണൽ ചുട്ടുപഴുത്തുകിടക്കുന്നു. അമ്മുവിന്റെയും ദീപുവിന്റെയും കാലുകൾ ചെരിപ്പുണ്ടായിട്ടുപോലും പൊള്ളുന്നുണ്ടായിരുന്നു. അവർ വേഗം നടന്നു. ആ സമയം അവർക്കുപിന്നിൽ അല്പമകലെയായി തുമ്പി കളുടെ മേഘപടലം അവരെ പിന്തുടരുന്നത് അവരറിയുന്നുണ്ടായിരുന്നില്ല.

പതിനൊന്ന്

തുമ്പികളുടെ കൊട്ടാരം

"ഇന്നത്തെ യാത്ര ഗംഭീരമായിരുന്നു അല്ലേ?"

വണ്ടിയിൽക്കയറിയിരുന്നശേഷം ഇത്രയും നേരം മിണ്ടാതെ ഡ്രൈവിംഗിൽ മാത്രം ശ്രദ്ധിക്കുകയായിരുന്ന സാർ ചോദിച്ചു.

"ഊം.. ഗംഭീരം. ഹൊ! ആ തുമ്പികളുടെ ചിറകുകൊണ്ടിട്ട് അവിടെയുമിവിടെയുമൊക്കെ നീറുന്നു. എന്തുതരം തുമ്പികളാണത്? കാട്ടുതുമ്പികളെന്നൊക്കെപ്പറഞ്ഞാൽ ഇങ്ങനെയുമുണ്ടോ? വേദനിച്ചിട്ടുവയ്യ"

ദീപുവിന് കൈയിലെ നീറ്റൽ സഹിക്കാൻ പറ്റുന്നുണ്ടായിരുന്നില്ല. അവന്റെ വലംകൈയിൽ മുഴുവനായും തുമ്പികൾ കടിച്ചു തിണർത്തിരുന്നു. ഉറുമ്പുകടിച്ചതുപോലെ.

"ഹ..ഹ.. അതിനു ദീപു ആ മരപ്പൊത്തിൽ കൈയിടാൻ പോയിട്ടല്ലേ? ആവശ്യമില്ലാത്ത പണിക്കുപോയിട്ട് തുമ്പികളെ കുറ്റം പറയുന്നോ?"

അമ്മുക്കുട്ടിക്ക് തുമ്പികളെ ഇഷ്ടമായിരുന്നു. അവയുടെ ചിറകുകൾ കൊണ്ടുള്ള ആക്രമണത്തിൽ അവളുടെ മുഖത്തും ചില പോറലുകൾ വീണിരുന്നുവെങ്കിലും അവ സഹിക്കാൻ അവൾ തയ്യാറായിരുന്നു. തുമ്പികൾ തങ്ങൾ പറയുന്നതനുസരിച്ച് സഹകരിച്ചതായിരുന്നു അവളെ അമ്പരപ്പിച്ചത്.

"സാറിനെങ്ങനെ തുമ്പികളെ അനുസരിപ്പിക്കാൻ പറ്റി? തുമ്പികളുടെ ഭാഷ സാറിനറിയാമോ?"

"തുമ്പികളുടെ ഭാഷയോ? ഞാൻ നമ്മുടെ ഭാഷയിലല്ലേ സംസാരിച്ചത്? തുമ്പികൾക്ക് അത് അറിയാമെന്നു തോന്നി. അതുകൊണ്ട് ഞാൻ അങ്ങനെയൊക്കെ പറഞ്ഞുവെന്നു മാത്രം. അതിൽ ഒരു മാജിക്കുമില്ല വർഷമോളേ.."

പ്രകാശൻ സാർ പറഞ്ഞു. അവർ സാറിന്റെ വീടെത്തിക്കഴിഞ്ഞിരുന്നു. നാളെ വീണ്ടും കാണാമെന്നു പറഞ്ഞ് അവർ പിരിഞ്ഞു. വീട്ടിലെത്തുമ്പോൾ അമ്മ നല്ല ചോറും കറികളുമൊക്കെയുണ്ടാക്കിവച്ചിട്ടുണ്ടായിരുന്നു. നല്ല വിശപ്പുണ്ടായിരുന്നതുകൊണ്ട് കറികളൊക്കെ നല്ല രുചിയുള്ളതായി കുട്ടികൾക്ക് തോന്നി. വയറുനിറയെ അവർ ഭക്ഷണം കഴിച്ചു.

''ഹ! ഇങ്ങിനെ വേണം കുട്ടികളായാൽ. നല്ലപോലെ ഭക്ഷണം കഴിക്കണം. ആ സാറിന്റെ കൂടെക്കൂടിയപ്പോൾ ചില നല്ലശീലങ്ങളൊക്കെ വരുന്നുണ്ട് ഊം..''

അമ്മ പറഞ്ഞപ്പോൾ അമ്മുവും ദീപുവും പരസ്പരം നോക്കിച്ചിരിച്ചു. അന്നുരാത്രി വീണ്ടും ആ കടൽത്തീരവും, തുമ്പികളും സ്വപ്നം കാണും എന്നായിരുന്നു അമ്മുക്കുട്ടി വിചാരിച്ചിരുന്നത്. അങ്ങനെയെങ്കിൽ സ്വപ്നത്തിന്റെ കാര്യങ്ങൾ നാളെ എന്തുവന്നാലും പ്രകാശൻ സാറിനോട് പറയണം. ദീപു കളിയാക്കുന്നെങ്കിൽ കളിയാക്കട്ടെ. അവൾ കരുതി. അവൾ സ്വപ്നം കാണുവാൻ കാത്തുകിടന്നു. പക്ഷേ, ഉറക്കം വരുന്നുണ്ടായിരുന്നില്ല. തിരിഞ്ഞും മറിഞ്ഞും കിടന്നുനോക്കി. ഉറക്കമില്ല. കണ്ണടച്ചാൽ തുമ്പികൾ ചുറ്റും പറക്കുന്നതുപോലെ. കിടന്നിട്ടും രാത്രി ഏറെ വൈകിയാണ് അവൾ ഉറങ്ങിയത്.

പ്രകാശൻ സാർ ഉറങ്ങാൻനേരം പതിവില്ലാതെ വീടിനു ചുറ്റും ടോർച്ചടിച്ചുനോക്കി. വീടിനുമുകളിലേക്കും, ആകാശത്തേക്കുമെല്ലാം ടോർച്ച് തെളിയിച്ചുനോക്കി. അതുകണ്ട് ഇതെന്തുകഥ? എന്നു തോന്നിയ പ്രകാശൻ സാറിന്റെ ഭാര്യയും അച്ഛനും എന്തുപറ്റിയെന്നു ചോദിച്ചിട്ടും മാസ്റ്റർ ഒന്നും വ്യക്തമായ മറുപടി നൽകിയില്ല. തുമ്പികളുടെ മേഘപടലം തന്നെ നിരീക്ഷിക്കാൻ അവിടെയെവിടെയെങ്കിലും പതുങ്ങി തങ്ങി നിൽക്കുന്നുണ്ടോ എന്നായിരുന്നു സാർ ടോർച്ചടിച്ചു നിരീക്ഷിച്ചത്. പക്ഷേ, എവിടെയും കാണാനില്ല. ചിലപ്പോൾ അവ ഏതെങ്കിലും മരത്തിന്റെയോ, ചെടികളുടെയോ ചില്ലകളിലും, ഇലകളിലും പറ്റിപ്പിടിച്ചിരുന്ന് നിരീക്ഷിക്കുന്നുണ്ടാവാം. രാത്രി അവയെ കണ്ടുപിടിക്കാനെളുപ്പമല്ല.

വീട്ടിലെത്തി കുളിയും ഭക്ഷണവും കഴിഞ്ഞയുടനെ പ്രകാശൻ മാസ്റ്റർ ക്യാമറയിൽ നിന്നും ഡാറ്റാകേബിൾ വഴി ചിത്രങ്ങളെല്ലാം കമ്പ്യൂട്ടറിലേക്ക് ഡൗൺലോഡ് ചെയ്ത്, അതിൽ ലിപികളുടെ ചിത്രങ്ങൾ അദ്ദേഹത്തിന്റെ സുഹൃത്തുക്കളായ ചരിത്രകാരൻമാർക്കും, ഭാഷാശാസ്ത്രജ്ഞൻമാർക്കും, ലിപി ഗവേഷകർക്കും, ഇ മെയിൽ ചെയ്തു കൊടുത്തിരുന്നു. വൈകാതെതന്നെ ശരിയായൊരു മറുപടി ലഭിക്കുമെന്നും അദ്ദേഹം പ്രതീക്ഷിച്ചു. രാത്രി വളരെവൈകി കമ്പ്യൂട്ടർ തുറന്നുനോക്കിയിട്ടും ഇമെയിലുകൾക്കൊന്നും മറുപടി ലഭിച്ചില്ലായെന്നുകണ്ട് ഉറങ്ങാൻ കിടന്നു. കിടന്നതേ ഓർമ്മയുണ്ടായിരുന്നുള്ളൂ. പെട്ടെന്നുതന്നെ ഉറങ്ങിപ്പോയി. അത്രയ്ക്ക് ക്ഷീണമുണ്ടായിരുന്നു ശരീരത്തിന്. ആ ഗാഢമായ ഉറക്കത്തിൽ മാസ്റ്റർ അസാധാരണമായൊരു സ്വപ്നം കണ്ടു.

തെക്കെപ്പുറമ്പിലെ ഗുഹയുടെയുള്ളിലൂടെ നടന്ന് മാസ്റ്ററെത്തിയത് വലിയൊരു കൊട്ടാരത്തിന്റെ മുന്നിലാണ്. കൊട്ടാരവാതിൽ മലർക്കെ തുറന്നിട്ടിരുന്നു. പൗരാണികമായൊരു കൊട്ടാരത്തിന്റെ ഇടനാഴിയിലൂടെ നടക്കുകയാണ് മാഷ് ഇപ്പോൾ. നോക്കെത്താത്ത്ര നീളമുള്ള ഇടനാഴി. ഇടനാഴിയുടെ ഒരുവശത്ത് മനോഹരമായ ശില്പങ്ങൾകൊണ്ട് അലങ്കരിച്ച

തൂണുകൾ. പലതരം വള്ളിച്ചെടികൾ ചുറ്റിപ്പടർന്നതുപോലുള്ള അലങ്കാരങ്ങൾ. ഒരുവശത്ത് ചുവർച്ചിത്രങ്ങൾ കൊണ്ട് കമനീയമാക്കിയ ചുമർ. പൗരാണികരീതിയിലുള്ള ചുമർ ചിത്രങ്ങളാണവ. മാഷ് ചിത്രങ്ങളുടെ ഭംഗി ആസ്വദിച്ചു നടക്കുകയായിരുന്നു. അപ്പോൾ എതിർവശത്തുനിന്നും ഒരാൾ നടന്നുവന്നു.

''എന്താണിവിടെ?''

വന്ന താടിക്കാരൻ ചോദിക്കുന്നു. മാഷ് അയാളെയൊന്ന് അടിമുടി നോക്കി. താടിമീശകൾ വളർത്തി, നീളമുള്ള കുപ്പായമിട്ട്, ഒരു സന്ന്യാസിയെപ്പോലൊരാൾ.

''വെറുതെ. ഒന്നു കാണാൻ വന്നതാ.''

മാഷ് മറുപടി പറഞ്ഞു. താടിക്കാരന് മാഷുടെ മറുപടി അത്രയ്ക്കങ്ങിഷ്ടപ്പെട്ടില്ലെന്നു തോന്നുന്നു. അയാൾ വീണ്ടും മാഷിനെ തുറിച്ചു നോക്കി.

''ആരെക്കാണാൻ വന്നതാ?''

''അല്ല ഈ കൊട്ടാരം കാണാൻ. പിന്നെ രാജാവിനെയും.''

''രാജാവിനെയോ? അതിനിവിടെ രാജാവൊന്നുമില്ലല്ലോ? ഞാനാണിപ്പോൾ ഇവിടത്തെ രാജാവ്. ഊം.. എന്താണ് കൊട്ടാരം കാണാനിത്ര താത്പര്യം?''

''ഞാനൊരു ചരിത്രാന്വേഷിയാണ്. ചരിത്രമന്വേഷിച്ചിറങ്ങി, ഒരു ഗുഹയിലൂടെ നടന്നപ്പോൾ എത്തിപ്പെട്ടതാണീ കൊട്ടാരത്തിൽ. എന്റെ കൂടെ രണ്ടു കുട്ടികൾ കൂടെയുണ്ട്. അവരും ചരിത്രാന്വേഷികളാ.''

''കുട്ടികളോ? എവിടെ? കാണാനില്ലല്ലോ?''

മാഷ് തിരിഞ്ഞുനോക്കി. പറഞ്ഞതുപോലെ കുട്ടികളെ കാണാനില്ലല്ലോ! മാഷ് വിളിച്ചുനോക്കി.

''വർഷമോളേ.. ദീപൂ..''

കുട്ടികൾ ഓ.. എന്നു വിളികേട്ടു. അവർ കൊട്ടാരത്തിന്റെ മുറ്റത്ത് കളിച്ചുകൊണ്ടിരിക്കുകായിരുന്നു. തുമ്പികളുടെ പിന്നാലെ ഓടിക്കളിക്കുകയായിരുന്നു അവർ. മാഷ് വിളിക്കുന്നത് കേട്ട് കുട്ടികൾ ഓടിവന്നു.

''എന്താണ് സാർ?''

കുട്ടികൾ ചോദിച്ചു. അപ്പോഴാണ് അവർ താടിക്കാരനെക്കണ്ടത്. അവർ പേടിച്ചുപോയി. അവർ മാഷുടെ പിന്നിൽ ഒളിച്ചുനിൽക്കാൻ ശ്രമിച്ചു.

''ഇങ്ങോട്ട് മാറിനിൽക്കൂ.''

താടിക്കാരൻ ആജ്ഞാപിച്ചു. കുട്ടികൾ പേടിച്ചു വിറച്ചുകൊണ്ട് മടിച്ചുമടിച്ച് താടിക്കാരന്റെ മുന്നിലേക്കു നീങ്ങിനിന്നു.

''നിങ്ങളാണോ ചരിത്രാന്വേഷികൾ?''

''അതെ.''

''എന്തു ചരിത്രമാണ് നിങ്ങൾ അന്വേഷിക്കുന്നത്?''

''തുമ്പികളുടെ.''

''എന്ത്? തുമ്പികളുടെ ചരിത്രമോ?''

താടിക്കാരൻ ഉച്ചത്തിൽ ചിരിച്ചു. അവരെ പരിഹസിക്കുംവിധം ആ ചിരി ഉച്ചത്തിലുച്ചത്തിലായി.

''ഇവിടെ തുമ്പികളുണ്ടെന്നാരാ പറഞ്ഞത്? ഈ മാഷായിരിക്കും ല്ലേ? ഏതായാലും വന്നതല്ലേ. എന്റെ കൂടെ വരൂ.''

താടിക്കാരൻ മുന്നിൽ നടന്നു. കുട്ടികളും മാഷും പിന്നാലെ നടന്നു. പൊടുന്നനെയാണ് ദീപു ആ കാഴ്ചകണ്ടത്. ഇടനാഴിക്ക് പുറത്ത്, കൊട്ടാര നടുമുറ്റത്തെ പുൽത്തകിടിയിൽ വലിയൊരു തുമ്പിയുടെ കരിങ്കൽ ശില്പം!

''ഹായ്.. തുമ്പി.. കാട്ടുതുമ്പി..''

അവൻ വിളിച്ചുകൂവി. താടിക്കാരൻ തിരിഞ്ഞുനിന്നു. അവൻ ചൂണ്ടിക്കാണിച്ചയിടത്തേക്കു നോക്കി.

''എവിടെ? അത് കാട്ടുതുമ്പിയൊന്നുമല്ല. അതാണ് ആഫ്രിക്കൻ തുമ്പി. ആ തുമ്പിയായിരുന്നു ഈ കൊട്ടാരത്തിലെ ആദ്യത്തെ രാജാവ്. പണ്ട് തുമ്പികളായിരുന്നു ഈ രാജ്യത്തിലെ രാജാക്കൻമാർ. മനുഷ്യരെയൊക്കെ അവർ അടക്കി ഭരിച്ചിരുന്നു. നിങ്ങൾ ചരിത്രമന്വേഷിച്ച് വന്നത് നല്ല സ്ഥലത്താണ്. തുമ്പികളുടെ ചരിത്രമല്ലേ നിങ്ങൾക്കറിയേണ്ടത്? ഞാൻ പറഞ്ഞുതരാം നിങ്ങൾക്ക്.''

താടിക്കാരൻ അവരെ ഇടനാഴിയിൽനിന്നും വലിയൊരു വാതിൽ തള്ളിത്തുറന്ന് ഒരു വലിയ വിശാലമായൊരു മുറിയിലേക്ക് നയിച്ചു. മുറിയിൽ ചുവരുകളോട് ചേർത്ത് ഓരോ പീഠങ്ങളിലായി ജീവനുണ്ടെന്നു തോന്നിക്കുന്ന ഭീമാകാരന്മാരായ തുമ്പികളെ സ്റ്റഫ് ചെയ്തുവച്ചിട്ടുണ്ടായിരുന്നു. കുട്ടികൾ അവയുടെ അടുത്തേക്കു ചെന്നുനോക്കി. ദീപു തുമ്പികളുടെ ചിറകുകളിലും തലയിലും ഉടലിലുമൊക്കെ തൊട്ടുനോക്കി. മനുഷ്യരുടെ യത്രത്തോളം വലിപ്പമുള്ള തുമ്പികളായിരുന്നു അവ. ഇപ്പോഴും അവയ്ക്ക് ജീവനുണ്ടെന്നു തോന്നും. അമ്മുക്കുട്ടിക്ക് അവയെ തൊട്ടുനോക്കാൻ പേടിയായിരുന്നു. ദീപുവിന് ഒരു പേടിയുമില്ല. മാഷും തുമ്പികളെ തൊട്ടും തലോടിയും പരിശോധിച്ചു.

''ഈ തുമ്പികളൊക്കെ ഇവിടത്തെ രാജാക്കൻമാരായിരുന്നോ?''

അമ്മുക്കുട്ടിയാണ് ചോദിച്ചത്. അവളുടെ കണ്ണുകൾ വിസ്മയത്താൽ വിടർന്നിരുന്നു.

''അതെ. രാജാക്കൻമാർ തന്നെ. പക്ഷേ, എല്ലാവരും രാജാക്കന്മാരല്ല. സൈന്യാധിപൻമാരും, മന്ത്രിമാരും ഒക്കെയുണ്ട് ഈ കൂട്ടത്തിൽ. ഈ കുട്ടി മിടുക്കിയാണല്ലോ.''

താടിക്കാരൻ അമ്മുക്കുട്ടിയെ അഭിനന്ദിച്ചു. അവൾ ദീപുവിനെയും

മാഷെയും നോക്കി അഭിമാനത്തോടെ പുഞ്ചിരിച്ചു. എന്തോ സമ്മാനം കിട്ടിയ ഭാവം. ദീപുവിന് അവളോട് അസൂയ തോന്നുന്നുണ്ടോ?

''ഇവനും മിടുക്കനാണ്. ഇവനല്ലേ ആദ്യം ആ തുമ്പിയുടെ പ്രതിമ കാണിച്ചുതന്നത്?''

മാഷ് പറഞ്ഞപ്പോൾ താടിക്കാരൻ ദീപുവിനെയും തോളിൽത്തട്ടി മിടുക്കൻ എന്ന് അഭിനന്ദിച്ചു. ദീപുവിനും സന്തോഷമായി.

''ദാ കണ്ടില്ലേ? ഇത് ഈ കൊട്ടാരത്തിന്റെയും ഈ രാജ്യത്തിന്റെയും ചരിത്രപുസ്തകമാണ്. ഇതു വായിച്ചുനോക്കിയാൽ നിങ്ങൾക്ക് എല്ലാ ചരിത്രവും മനസ്സിലാക്കാം.''

വലിയൊരു ചില്ലുകൂട്ടിനുള്ളിൽ ഭദ്രമായ രീതിയിൽ സൂക്ഷിച്ചുവച്ചിരിക്കുകയാണ് ആ ഭീമാകാരമായ പുസ്തകം. അതിൽ ആർക്കും മനസ്സിലാവാത്ത ഭാഷയിൽ എന്തൊക്കെയോ എഴുതിവച്ചിരിക്കുന്നു. മുറിയുടെ മേൽക്കൂരയിൽ നിന്നും പ്രത്യേകതരത്തിലുള്ളൊരു പ്രകാശം ആ പുസ്തകത്തിലേക്ക് ക്രമീകരിച്ചിട്ടുണ്ടായിരുന്നതിനാൽ അക്ഷരങ്ങൾ കാണാൻ ബുദ്ധിമുട്ടുണ്ടായിരുന്നില്ല. പക്ഷേ, പരിചയമില്ലാത്ത ഭാഷയായതിനാൽ വായിക്കാൻ പറ്റുന്നില്ല.

''എന്താണിതിൽ എഴുതിയിരിക്കുന്നത്? ഇതേതു ഭാഷയാണ്?''

മാഷ് ചോദിച്ചുകൊണ്ട് തിരിഞ്ഞുനോക്കി. പക്ഷേ, താടിക്കാരനെ കാണാനുണ്ടായിരുന്നില്ല. കുട്ടികൾ മാത്രം മിഴിച്ചു നോക്കുന്നുണ്ട്. എവിടെപ്പോയി അയാൾ? കഷ്ടം തന്നെ. ആരോട് ചോദിക്കും ഈ പുസ്തകത്തെപ്പറ്റി? ഇത് വായിച്ചെടുക്കാൻ കഴിഞ്ഞാൽ ഈ രാജ്യത്തിന്റെയും തുമ്പികളുടെയും ചരിത്രം മനസ്സിലാക്കാമായിരുന്നു. പക്ഷേ, ഭാഷ മനസ്സിലാകാതെങ്ങനെ വായിക്കും?

പൊടുന്നനെ പീഠങ്ങളിൽ ഇരിപ്പുറപ്പിച്ചിരുന്ന സ്റ്റഫ് ചെയ്തുവച്ചിരുന്ന തുമ്പികൾ മെല്ലെ ചലിക്കുന്നതായി തോന്നി. കുട്ടികൾ പേടിച്ചു. ഇത്രയും വലിയ തുമ്പികൾ തങ്ങളെ ആക്രമിക്കുകയാണെങ്കിൽ രക്ഷപ്പെടാൻ ബുദ്ധിമുട്ടാണെന്നവർക്ക് മനസ്സിലായി. മാഷും കുട്ടികളും മുറിയിൽ നിന്നും പുറത്തുകടക്കാൻ ശ്രമിച്ചു. പക്ഷേ, വാതിൽ പുറത്തുനിന്നും പൂട്ടിയിരുന്നു. കുട്ടികൾ ഉറക്കെ നിലവിളിച്ചു. മാഷ് ഞെട്ടിയുണർന്നു.

ഹൊ! അതൊരു സ്വപ്നമായിരുന്നോ? പ്രകാശൻ മാസ്റ്റർക്ക് വിശ്വസിക്കാനായില്ല. എന്തൊക്കെയാണ് കണ്ടത്? മാഷ് ഓർത്തെടുക്കാൻ ശ്രമിച്ചു. സമയമെത്രയായിക്കാണും? വാച്ചെടുത്തുനോക്കി. രണ്ട് മണിക്കഴിഞ്ഞിരിക്കുന്നു. പിന്നെ തിരിഞ്ഞും മറിഞ്ഞും കിടന്നിട്ടും ഉറക്കം വന്നില്ല. മാഷ് എഴുന്നേറ്റു. കമ്പ്യൂട്ടർ ഓൺ ചെയ്തു. ഇന്നലെ അയച്ച മെയിലുകൾക്ക് ആരെങ്കിലും മറുപടി അയച്ചിട്ടുണ്ടോ എന്നു നോക്കി. അതെ. ഒന്നുരണ്ട് മറുപടികൾ വന്നുകിടക്കുന്നുണ്ട്. അമേരിക്കക്കാരനായൊരു ഭാഷാശാസ്ത്രജ്ഞന്റെതാണ് ഒരു മറുപടി. മറ്റൊരെണ്ണം ഒരു ആസ്ട്രേലിയൻ പ്രൊഫസറുടെയും. മാസ്റ്റർ ആകാംക്ഷയോടെ ഇ മെയിൽ തുറന്നു നോക്കി.

പന്ത്രണ്ട്

പാപ്പിറസ് ചുരുളുകൾ

ആസ്ട്രേലിയൻ പ്രൊഫസറുടെ ഇ മെയിൽ വളരെ ആവേശം പകരുന്നതായിരുന്നു. അദ്ദേഹം ചോദിക്കുന്നു, ഇതെവിടെ നിന്നാണ് കിട്ടിയത്? അസ്ട്രേലിയയിലെ പ്രധാന സർവ്വകലാശാലയായ മെൽബൺ സർവ്വകലാശാലയിൽ ഇത്തരം ലിപികളെക്കുറിച്ചുള്ള പഠനം നടന്നുവരികയാണത്രെ! പക്ഷേ, ഈ ലിപിക്ക് സമാനമായ മറ്റു ലിപികൾ മാത്രമേ അവിടെ ലഭ്യമായിട്ടുള്ളൂ എന്നാണ് പ്രൊഫസർ പറയുന്നത്. ഇത് ആദ്യമായാണത്രെ കാണുന്നത്. ഏതായാലും ആഫ്രിക്കയിലെ അതിപ്രാചീന ഗോത്രവർഗ്ഗക്കാരുടെ ലിപിയാണിതെന്ന കാര്യത്തിൽ പ്രൊഫസർക്ക് സംശയമില്ല. കൂടുതൽ വിവരങ്ങൾ പിന്നീടറിയിക്കാം എന്നു പറഞ്ഞ് പ്രൊഫസർ സന്ദേശം അവസാനിപ്പിക്കുന്നു.

അമേരിക്കക്കാരൻ ഭാഷാ ശാസ്ത്രജ്ഞന്റെ മറുപടി ഒന്നുകൂടെ ആശ ജനിപ്പിക്കുന്നതായിരുന്നു. വടക്ക് കിഴക്കൻ ആഫ്രിക്കയിലെ പ്രാചീന ഗോത്രവർഗ്ഗങ്ങളുടെയിടയിൽ എന്നോ പ്രചാരത്തിലുണ്ടായിരുന്ന എഴുത്തു ലിപിയാണത്രെ അത്. അതിലെ ചിഹ്നങ്ങളും അക്ഷരങ്ങളും വായിച്ചെടുക്കാൻ സാധിക്കുമെന്നും ശാസ്ത്രജ്ഞൻ ഉറപ്പുനൽകുന്നു. കുറച്ചു സമയംവേണമെന്നാണ് അദ്ദേഹവും ആവശ്യപ്പെടുന്നത്. ഏതായാലും നല്ലൊരു വഴിയാണ് തുറന്നു കിട്ടിയിരിക്കുന്നത്. ഈ മേഖലയിൽത്തന്നെ ഒരു അന്വേഷണമാകുന്നതാവും നല്ലത്. വ്യത്യസ്തമായൊരു ചരിത്രാന്വേഷണമായിരിക്കും അത്. ആഫ്രിക്കൻ ഗോത്രവർഗ്ഗക്കാരുടെ ലിപിയിലുള്ള പുസ്തകം ഇവിടെ നിന്നും കണ്ടെത്താൻ സാധിച്ചുവെങ്കിൽ ഈ പ്രദേശത്തിന് ആഫ്രിക്കയുമായി എന്തെങ്കിലും ബന്ധമുണ്ടായിരിക്കണമല്ലോ. പോരാത്തതിന് കടലാസിലല്ല അവ എഴുതിയിരിക്കുന്നത്. പാപ്പിറസ് ഇലകളിലാണ്. പാപ്പിറസ് ഇലകളാണെന്ന് ഫോട്ടോ കണ്ട് തിരിച്ചറിഞ്ഞത് ആസ്ട്രേലിയൻ പ്രൊഫസറാണ്. പ്രാചീന ലിപികൾ രേഖപ്പെടുത്തിയ പാപ്പിറസ് ഗ്രന്ഥം എങ്ങനെ ഇവിടെ എത്തി എന്നു കണ്ടെത്തണം. അതിൽ എന്താണെന്ന് കണ്ടെത്തണം. അതിനെ ആ തുമ്പികൾ എന്തിനുവേണ്ടി കരുതിവെക്കുന്നു എന്നു കണ്ടെത്തണം. ആ

തുമ്പികൾക്ക് എന്തോ പ്രത്യേകതയുണ്ട്. അതും കണ്ടെത്തണം. തീർച്ച യായും എന്തൊക്കെയോ രഹസ്യങ്ങൾ മറഞ്ഞു കിടക്കുന്നുണ്ട്. അതൊക്കെ കണ്ടെത്തേണ്ടിയിരിക്കുന്നു. മാസ്റ്റർ കമ്പ്യൂട്ടർ ഓഫ് ചെയ്ത് സുഖമായുറങ്ങി.

ഇന്ന് കുട്ടികൾ ഉച്ചയ്ക്ക് ശേഷമാണ് മാസ്റ്ററുടെ വീട്ടിലേക്ക് എത്തുക യെന്ന് പറഞ്ഞിട്ടുണ്ട്. മാസ്റ്റർ അവരോട് ഉച്ചഭക്ഷണമൊക്കെ കഴിഞ്ഞ് വന്നാൽ മതിയെന്നാണ് പറഞ്ഞിരിക്കുന്നത്. ഉച്ചവരെ വിശ്രമം. ഉച്ചയ്ക്ക് ശേഷം എങ്ങോട്ടെങ്കിലും പോകാം. പക്ഷേ, ഇന്നെങ്ങോട്ടും പോകാൻ വയ്യെന്ന മട്ടിലാണ് പ്രകാശൻ മാസ്റ്റർ. ഇന്നലത്തെ ക്ഷീണം നല്ലവണ്ണ മുണ്ട്. കുട്ടികൾക്കും ക്ഷീണമുണ്ടാകും. അതുകൊണ്ടായിരിക്കും അവർ വരാൻ വൈകുന്നത്. ഏതായാലും അവർ വരുന്നതിനു മുമ്പ് ഒരിക്കൽ കൂടെ ഇ മെയിൽ ഒന്നു പരിശോധിക്കാമെന്നു കരുതി മാസ്റ്റർ കമ്പ്യൂട്ടർ ഓൺ ചെയ്തു. രണ്ട് മെയിലുകൾ ഇൻബോക്സിൽ വന്നു കിടക്കുന്നുണ്ട്. ഒന്ന് നേരത്തെ പറഞ്ഞ ആസ്ട്രേലിയൻ പ്രൊഫസറുടെതാണ്. മറ്റൊന്ന് ഡൽഹി സർവ്വകലാശാലയിലെ ഡോ. അജയ് മൽഹോത്രയുടെതാണ്. അദ്ദേഹം പ്രാചീന ഹാരപ്പൻ ലിപിയെക്കുറിച്ച് പഠനം നടത്തിക്കൊണ്ടിരി ക്കുന്ന പുരാവസ്തു ഗവേഷകനാണ്. ഹാരപ്പൻ ലിപി ഇന്നേവരെ പൂർണ്ണ മായും വായിച്ചെടുക്കാൻ ചരിത്രകാരൻമാർക്കും, ശാസ്ത്രജ്ഞൻമാർക്കും സാധിച്ചിട്ടില്ലത്രേ! ഹാരപ്പൻ ലിപിയുടെ വിശദാംശങ്ങൾ അറിയാൻ സാധി ച്ചാൽ തീർച്ചയായും പുതിയൊരു ചരിത്രം ലോകത്തിനു മുന്നിൽ വെളി വാകുമെന്നാണ് പുരാവസ്തുശാസ്ത്രം പറയുന്നത്.

‘‘സാർ, ഞങ്ങളെത്തി.’’

അമ്മുക്കുട്ടിയും ദീപുവും വീട്ടുമുറ്റത്തുനിന്നും വിളിച്ചപ്പോൾ പ്രകാശൻ സാർ ഇ മെയിൽ ലോഗൗട്ട് ചെയ്ത്, സിസ്റ്റം ഷട് ഡൗൺ ചെയ്ത് വാതിൽ തുറന്ന് പുറത്തേക്കു വന്നു.

‘‘ഇതെന്താ അവിടെത്തന്നെ നിൽക്കുന്നത്? വരൂ. കയറിയിരിക്കൂ.’’

പ്രകാശൻ സാർ കുട്ടികളെ ക്ഷണിച്ചു. കുട്ടികൾ വരാന്തയിലെ കസേരകളിലിരുന്നു. അവർക്ക് അഭിമുഖമായിരുന്ന് പ്രകാശൻ മാസ്റ്റർ ഇ മെയിൽ സന്ദേശങ്ങളിലൂടെ ലഭിച്ച വിവരങ്ങൾ പങ്കുവെച്ചു. കുട്ടികൾ കൗതുകത്തോടെയും ആശ്ചര്യത്തോടെയും മാസ്റ്റർ പറയുന്ന കാര്യങ്ങൾ ശ്രദ്ധിച്ചു കേട്ടു. ഇടയ്ക്കിടെ അവർ ചോദിച്ചുകൊണ്ടിരുന്ന സംശയങ്ങൾക്ക് തന്മയത്വത്തോടെ മാസ്റ്റർ മറുപടി കൊടുത്തു.

‘‘ആ പാപ്പിറസ് ചുരുളുകൾ അവിടെ എങ്ങനെ വന്നു എന്നാണ് എനിക്ക് മനസ്സിലാവാത്തത്. ഒന്നുകിൽ ഏതോ വിദേശസഞ്ചാരികൾ പണ്ട് ഇവിടെ വന്നപ്പോൾ കൊണ്ടുവന്ന് ഉപേക്ഷിച്ചു പോയതായിരിക്കണം. പക്ഷേ, അങ്ങനെയാണെങ്കിലും നമ്മുടെ ഈ ഗ്രാമത്തിൽ വരേണ്ട കാര്യ മില്ല. കൊടുങ്ങല്ലൂരുള്ള മുസിരിസ് പട്ടണം പോലെ ഏതെങ്കിലും പ്രാചീന

തുറമുഖ പട്ടണങ്ങളാണെങ്കിൽ അങ്ങനെയൊരു സാധ്യതയുണ്ടായിരുന്നു. പക്ഷേ, നമ്മുടെ ഈ ഗ്രാമം കടൽത്തീരത്തു നിന്നും അകന്നിട്ടല്ലേ?"

"പക്ഷേ, സാർ പറഞ്ഞത് നമ്മൾ ഇന്നലെ പോയ സ്ഥലം പഴയ കടൽത്തീരമായിരുന്നു എന്നാണല്ലോ."

അമ്മുക്കുട്ടിയാണ് ചോദിച്ചത്. അവളുടെ മനസ്സിൽ ആ മണൽപ്പുറം തീർച്ചയായും ഒരു കടൽത്തീരം തന്നെയായിരിക്കും എന്നുറപ്പിച്ചുകഴിഞ്ഞിരുന്നു. അവൾ ഒന്നിലധികം തവണ സ്വപ്നത്തിൽ ദർശിച്ചതാണാ തീരം.

"അതെ. കുഞ്ഞഹമ്മദ് മാസ്റ്റർ പറഞ്ഞതനുസരിച്ചാണ് ഞാൻ പറഞ്ഞത്. അത് തീരമായിരുന്നുവെങ്കിൽത്തന്നെ ആയിരത്താണ്ടുകൾക്കു മുമ്പായിരിക്കും അത്."

"ആ കാലത്തുള്ളതായിക്കൂടെ ആ പാപ്പിറസ് പുസ്തകം?"

അമ്മുവിന്റെ സംശയം തീരുന്നില്ല.

"ആയിരിക്കാം. അതിനും ഒരു വിദൂര സാധ്യതയുണ്ട്. പക്ഷേ, അങ്ങനെയാണെങ്കിൽ അത് ഇത്രയും കാലം കൊണ്ട് വെയിലും മഴയും കൊണ്ട് നശിച്ചുപോകാൻ സാധ്യതയുണ്ട്. പ്രത്യേകിച്ചും ചതുപ്പുനിറഞ്ഞൊരു സ്ഥലത്തുള്ള മരപ്പൊത്തിലാണ് നമുക്കത് കാണാൻ കഴിഞ്ഞത്."

"എനിക്കു തോന്നുന്നത് ആരോ അതവിടെ കൊണ്ടു ചെന്നിട്ടതാണെന്നാ."

ദീപു പറഞ്ഞപ്പോൾ പ്രകാശൻ സാർ അതിനോട് യോജിച്ചു.

"ദീപു പറഞ്ഞതാണ് ശരി. ആരോ അത് അവിടെ കൊണ്ടുവന്നിട്ടതാവാം. പക്ഷേ, അത്രയും പുരാതനമായ ലിപികളുള്ള പാപ്പിറസ് ചുരുളുകൾ അങ്ങനെയവിടെ അശ്രദ്ധമായി ആരും കൊണ്ടിടാൻ സാധ്യതയുമില്ല."

"ചിലപ്പോൾ ആ തുമ്പികൾ തന്നെ കൊണ്ടുവന്നതാണെങ്കിലോ ആ പുസ്തകം?"

അമ്മു ചോദിച്ചപ്പോൾ ദീപു അവളെ കളിയാക്കിക്കൊണ്ടു നോക്കി. തുമ്പികൾക്ക് പുസ്തകം കൊണ്ടുനടക്കലല്ലേ പണി എന്ന ഭാവത്തിൽ അവൻ ചിരിച്ചു. പ്രകാശൻ സാറും അതേ ഭാവത്തിൽ ചിരിച്ചപ്പോൾ അമ്മുവിന് സങ്കടം തോന്നി.

അവളുടെ സങ്കടം കണ്ട പ്രകാശൻ സാർ അവളെ പിന്താങ്ങി.

"വർഷ പറഞ്ഞതിലും കാര്യമുണ്ട്. ആ തുമ്പികൾക്കും എന്തോ രഹസ്യമുണ്ട്. അല്ലെങ്കിൽ അവ കൂട്ടമായി ആ പുസ്തകത്തിന് കാവലിരിക്കേണ്ട കാര്യമില്ല."

"പാപ്പിറസ് ചുരുളുകളിലെന്താണെഴുതിയതെന്നറിയാൻ കഴിഞ്ഞോ സാർ?"

''ഇല്ല. നാളെയോ മറ്റന്നാളോ വിവരം കിട്ടിയേക്കും. അപ്പോഴേക്കും നമുക്ക് ചില കാര്യങ്ങൾ ചെയ്തുതീർക്കാനുണ്ട്. നമുക്ക് ഇതേവരെ നമ്മൾ കണ്ടെത്തിയ കാര്യങ്ങൾ ചിട്ടയായി തീയ്യതിയനുസരിച്ച് എഴുതി വെക്കണം. ചരിത്രകാരൻമാർ നിർബ്ബന്ധമായും ചെയ്തിരിക്കേണ്ട കാര്യമാണത്.''

''അതിന് നമ്മൾ കാര്യമായൊന്നും ഇതേവരെ കണ്ടെത്തിയിട്ടില്ലല്ലോ സാർ?''

ദീപുവാണ് ചോദിച്ചത്.

''കണ്ടെത്തിയിട്ടില്ലെന്നോ? നമ്മൾ ഗുഹ സന്ദർശിച്ചില്ലേ? ഗുഹാചിത്രങ്ങൾ കണ്ടില്ലേ? ആ ഗുഹാചിത്രങ്ങൾ പ്രാചീനമാണെങ്കിൽ ഇവിടെ ആദിമമനുഷ്യൻ വാസമനുഷ്ഠിച്ചിരുന്ന സ്ഥലമായിരുന്നുവെന്ന് അനുമാനിച്ചുകൂടേ? പിന്നെ തുമ്പികളെ കണ്ടെത്തിയിടത്തെ മണൽപ്പുറവും ഒരു അദ്ഭുതമല്ലേ? കക്കകളുള്ള വെള്ളപഞ്ചാരമണൽ പരന്നുകിടക്കുന്ന ആ മണൽപ്പുറം കടൽത്തീരമായിരുന്നുവെങ്കിൽ ഈ പ്രദേശം പ്രാചീനകാലത്ത് കടലിനോട് ചേർന്ന സ്ഥലമാണെന്നോ, കടൽത്തീരമായിരുന്നെന്നോ, കടൽ പിൻവാങ്ങിയുണ്ടായ പ്രദേശമാണെന്നോ കണ്ടെത്തിക്കൂടേ? ഇത്തരം കണ്ടെത്തലുകൾ പ്രധാനമാണ്. ഇതൊക്കെ കൃത്യമായി നമ്മൾ എഴുതിവെക്കണം. ഇതിന്റെയൊക്കെ ഫോട്ടോകളും വേണം.''

''അതിന് നമ്മൾ ഗുഹയുടെ ഫോട്ടോകളൊന്നും എടുത്തില്ലല്ലോ സാർ?''

''സാരമില്ല. നമുക്ക് പിന്നീടൊരു ദിവസം പോകാം ഫോട്ടോകളെടുക്കാൻ. പിന്നെ ആതിരക്കുട്ടി വരച്ച ചിത്രങ്ങളുമുണ്ടല്ലോ. അവയും വേണം.''

''സാർ നമ്മൾ ആതിരയെ പിന്നീടൊന്നിനും ആശ്രയിച്ചിട്ടില്ല.''

''ശരിയാണ്. അവളെ നമുക്ക് നമ്മുടെ ഗവേഷണസംഘത്തിൽ സജീവമായി ഉൾപ്പെടുത്തണം. അവളെക്കൊണ്ട് ചിത്രങ്ങൾ വരപ്പിക്കണം. എന്നാൽ മാത്രമേ ആ കുട്ടിയുടെ കഴിവ് നമുക്ക് ഉപയോഗിക്കാൻ കഴിയൂ. പിന്നെ, അസുഖം കൊണ്ടുണ്ടായ അംഗപരിമിതികൊണ്ട് ഒറ്റപ്പെട്ടുപോയി എന്നൊരു ചിന്ത ആ കുട്ടിയിലുണ്ടാവാതിരിക്കാനും നമ്മൾ ശ്രദ്ധിക്കണം.''

''അത് ഞങ്ങൾ നോക്കുന്നുണ്ട് സാർ. ഓരോ ദിവസവും നമ്മൾ അന്വേഷിച്ച് കണ്ടെത്തിയ കാര്യങ്ങളൊക്കെ ആതിരയോട് ഞങ്ങൾ പറയാറുണ്ട്. ഇന്നലെ തുമ്പികളുടെ പൊത്തിൽ ദീപു കൈയിട്ടതും, തുമ്പികളുടെ കടിയേറ്റപ്പോൾ അവൻ നിലവിളിച്ചതുമൊക്കെ പറഞ്ഞപ്പോൾ ആതിര പൊട്ടിപ്പൊട്ടിച്ചിരിക്കുകയായിരുന്നു.''

''ഹ.. ഹ.. ഹ.. അത് കൊള്ളാമല്ലോ.''

സാർ അവരെ ആതിരയുമായി കൂട്ടുകൂടാനും അവളെക്കൂടെ ചരിത്രാന്വേഷണത്തിൽ ഒന്നിച്ചുകൂട്ടാനും പ്രോത്സാഹിപ്പിച്ചു.

"നമുക്ക് ആതിരയെക്കൊണ്ട് ആ മണൽപ്പുറത്തിന്റെയും, ചതുപ്പിന്റെയുമൊക്കെ ഒരു സ്കെച്ച് തയ്യാറാക്കിക്കണം. ഒരു മാതൃക ഞാൻ ശരിയാക്കിത്തരാം. അത് ഭംഗിയായി വരച്ചുതരാൻ പറഞ്ഞാൽ മതി. ഒരു പ്രാദേശിക ഭൂപടത്തിന്റെ മാതൃകയിൽ കൃത്യമായ ദിശകളും തോതുകളുമൊക്കെയായിവേണം വരക്കാൻ."

മാസ്റ്റർ നിർദ്ദേശിച്ചു. കുട്ടികൾ സമ്മതിച്ചു. അവർ അതേവരെയുള്ള ചരിത്രാന്വേഷണത്തിന്റെ വിശദാംശങ്ങൾ കൃത്യമായും, ചിട്ടയായും എഴുതിവെക്കാൻ തുടങ്ങി. നേരത്തെ വാങ്ങിച്ചിരുന്ന എ ഫോർ പേപ്പറുകളിൽ സ്കെച്ച് പെന്നുകൾ കൊണ്ട് മാർജ്ജിനുകൾ വരച്ച്, ഭംഗിയായ കൈയക്ഷരത്തിൽ, ശേഖരിച്ച വിവരങ്ങൾ കുട്ടികൾ എഴുതുന്നത് പ്രകാശൻ മാസ്റ്റർ കൗതുകത്തോടെ നോക്കിയിരുന്നു.

പതിമ്മൂന്ന്
സ്വപ്നത്തുമ്പികൾ

ദീപുവും, അമ്മുക്കുട്ടിയും ചെല്ലുമ്പോൾ ആതിര കട്ടിയുള്ള കടലാസിൽ തുമ്പികളെ വെട്ടിയെടുക്കുകയായിരുന്നു. വീട്ടുമുറ്റത്തെ ചെടികളിലും പൂക്കളിലുമൊക്കെ ഇങ്ങനെ വെട്ടിയെടുത്ത കടലാസുതുമ്പികൾ വെയിൽകാഞ്ഞു വിശ്രമിക്കുന്നുണ്ടായിരുന്നു. പല വർണ്ണങ്ങളുള്ള ചിറകുകളുള്ള തുമ്പികൾ. കട്ടിയുള്ള കടലാസിൽ തുമ്പിയുടെ ചിത്രം വരച്ച്, നിറം കൊടുത്ത്, കത്രികകൊണ്ട് വൃത്തിയായി വെട്ടിയെടുത്ത്, ചെടികളിൽ ഒട്ടിച്ചുനിർത്തുകയായിരുന്നു അവൾ.

"ഇതെന്താ ആതിര? തുമ്പികളുടെ പൂന്തോട്ടമോ? നന്നായിട്ടുണ്ടല്ലോ."

അമ്മുക്കുട്ടിയുടെ ശബ്ദം കേട്ട് ആതിര തലയുയർത്തിനോക്കി. ചെയ്യുന്ന പ്രവൃത്തിയിൽ ബദ്ധശ്രദ്ധയായിരുന്ന അവൾ ചുറ്റുപാടുമുള്ള ശബ്ദങ്ങളൊന്നുമറിയുന്നുണ്ടായിരുന്നില്ല. അതുകൊണ്ടുതന്നെ അമ്മുക്കുട്ടിയും ദീപുവും മുറ്റത്തെത്തിയതും അറിഞ്ഞിരുന്നില്ല.

"ഹായ്.. തുമ്പികൾക്ക് എന്തെന്തു നിറങ്ങളാണ്? വർണ്ണത്തുമ്പികൾ പൂക്കളെക്കാൾ സുന്ദരമാണ്."

ദീപുവിന്റെ പുകഴ്ത്തൽ ആതിരയ്ക്ക് ഇഷ്ടപ്പെട്ടു. അവൾ ഒന്നും മിണ്ടാതെ ചിരിച്ചുകൊണ്ടിരുന്നു. ദീപുവിന്റെ കൈയിൽ തുമ്പികൾ കടിച്ച കാര്യം ഇപ്പോഴും അവൾ ഓർക്കുന്നുണ്ടെന്നു തോന്നുന്നു. അവൾക്ക് അപ്പോഴും ചിരി നിർത്താനാവുന്നുണ്ടായിരുന്നില്ല. ആതിരയുടെ ചിരി കണ്ട് ദീപുവിന് ജാള്യത തോന്നി.

"ആതിര, എന്താണ് ഇത്രയധികം തുമ്പികൾ? ഞങ്ങൾ പറഞ്ഞ തുമ്പികളാണോ ഇത്?"

"നിങ്ങൾ പറഞ്ഞ തുമ്പികളോ? നിങ്ങൾക്ക് മാത്രേ തുമ്പികളെ കാണാൻ പറ്റൂ? ഞാനും കണ്ടു തുമ്പികളെ."

"എവിടെവച്ച്?"

"സ്വപ്നത്തിൽ. ഇന്നലെ ഞാനൊരു സ്വപ്നം കണ്ടു. എന്തു സുന്ദരമായ സ്വപ്നമായിരുന്നെന്നോ?"

അമ്മുക്കുട്ടിയുടെ നിർബന്ധത്തിൽ ആതിര സ്വപ്നമെന്തായിരുന്നുവെന്ന് വിശദീകരിച്ചു. ദീപുവും അമ്മുക്കുട്ടിയും ആതിരയുടെയടുത്ത്, വീട്ടുവരാന്തയിൽ ചാഞ്ഞും ചരിഞ്ഞുമിരുന്ന് ആതിരയുടെ സ്വപ്നം കേട്ടു.

''ഞാൻ ഒരു പൂവിന്റെ ചിത്രം വരയ്ക്കുകയായിരുന്നു. മുറ്റത്തെ ചെടിയിലെ പൂവ് നോക്കിവരയ്ക്കുകയായിരുന്നു ഞാൻ. അപ്പോഴാണ് ഒരു തുമ്പി ആ പൂവിൽ വന്നിരുന്നത്. ആ തുമ്പിയെക്കൂടെ വരയ്ക്കാമെന്നു കരുതി ശ്രദ്ധയോടെ നോക്കി വരക്കാൻ തുടങ്ങിയ എന്നെ പറ്റിച്ച് അത് പറന്ന് അടുത്ത ചെടിയിൽ പോയി ഇരുന്നു. അവിടെ നോക്കി വരക്കാൻ തുടങ്ങിയപ്പോൾ വീണ്ടും പുതിയ ചെടിയിൽ. അങ്ങനെ മാറിമാറി പറന്നിരുന്ന് അത് എന്നെ കളിയാക്കിക്കൊണ്ടിരുന്നു. അപ്പോൾ എനിക്ക് ചിരി വന്നു. തുമ്പിയും എന്നോടൊത്ത് ചിരിക്കാൻ തുടങ്ങി. ഇതുപോലെ പറന്നു നടക്കാൻ നിനക്ക് ആഗ്രഹമുണ്ടോയെന്നു ചോദിച്ചു തുമ്പി. അതെയെന്നു പറഞ്ഞ എന്നെ അത് പറക്കാൻ പഠിപ്പിച്ചു. തുമ്പിയുടെ രണ്ടു ചിറകുകൾ ഊരിയെടുത്ത് എനിക്കു തന്നു. അതുമായി പറക്കാൻ തുടങ്ങിയ ഞങ്ങൾ എത്തിച്ചേർന്നത് നിങ്ങൾ പറഞ്ഞതുപോലെയുള്ളൊരു വലിയ മണൽപ്പരപ്പിലായിരുന്നു. അവിടെ വലിയൊരു പുസ്തകം തുറന്നുവച്ചിരുന്നു. അത് വായിക്കാൻ തുമ്പി എന്നോടാവശ്യപ്പെട്ടു. പക്ഷേ, എനിക്ക് മനസ്സിലാകുന്ന ഭാഷയായിരുന്നില്ല അത്. പൊടുന്നനെ പുസ്തകത്തിന്റെ പിന്നിൽ നിന്നും വളരെയധികം തുമ്പികൾ പറന്നുവന്നു. പല നിറത്തിലും, വലിപ്പത്തിലുമുള്ളവ. ഞാൻ തുമ്പികളോടൊപ്പം ഓടിയും ചാടിയും പറന്നും കളിച്ചു. അപ്പോൾ എന്റെ കാലുകൾക്ക് നല്ല ബലമുണ്ടായിരുന്നു. ആ മണലിൽ എനിക്ക് ഓടിക്കളിക്കാമായിരുന്നു.''

അതു പറയുമ്പോൾ ആതിരയുടെ കണ്ണുകൾ നിറഞ്ഞു. അവൾ സങ്കടത്തോടെ തന്റെ ശോഷിച്ച കാലുകളിലേക്ക് നോക്കി. ആതിരയുടെ സങ്കടം അമ്മുക്കുട്ടിയുടെ മുഖത്തേക്കും, ദീപുവിന്റെ മുഖത്തേക്കും പടരാൻ തുടങ്ങിയപ്പോഴേക്കും ആതിര മുഖത്ത് ചിരിവരുത്തി. അവൾ ചിരിക്കുന്നതു കാണാൻ എന്തു ഭംഗിയാണെന്ന് ദീപുവിന് തോന്നി. ഒരു മാലാഖയുടെതുപോലുള്ള നിഷ്കളങ്കമായ ചിരി. ആതിര സ്വപ്നകഥനം തുടർന്നു.

''ആ തുമ്പികൾക്ക് എന്നോടെന്തൊക്കെയോ പറയാനുണ്ടെന്നു തോന്നി. അവ എന്നെക്കൊണ്ട് അവയുടെ ചിത്രം വരപ്പിച്ചു. പല വർണ്ണങ്ങളിലുള്ള അവയുടെ ചിറകുകൾ വരച്ചപ്പോൾ അവയ്ക്ക് വലിയ സന്തോഷമായി. എന്റെ ചായക്കൂട്ടുകളിൽ വന്നുരുണ്ടുമറിഞ്ഞു പറന്ന ഓരോ തുമ്പികളും പല നിറത്തിലുള്ളവയായി. ദാ ഈ കടലാസുതുമ്പികളെപ്പോലെ. ഏറെ നേരം കളിച്ചതിൽപ്പിന്നെ കൂട്ടത്തിലൊരു തുമ്പി എന്നെയെടുത്ത് അതിന്റെ പുറത്തിരുത്തി ഇങ്ങോട്ട് പറന്നുവന്ന് എന്നെ വീട്ടിൽ കൊണ്ടാക്കുകയായിരുന്നു. അപ്പോഴേക്കും എന്നെ അമ്മ വിളിച്ചുണർത്തി. സമയം രാവിലെയായിക്കഴിഞ്ഞിരുന്നു.''

അമ്മുക്കുട്ടിയും ദീപുവും മുഖത്തോടു മുഖം നോക്കി. ആതിര സ്വപ്നം വിശദീകരിക്കുമ്പോൾ അവർ കഴിഞ്ഞ ദിവസം പോയ മണൽ പ്പരപ്പും, അവർ കണ്ട തുമ്പികളെയും പറ്റി ആലോചിക്കുകയായിരുന്നു. ആതിര സ്വപ്നത്തിൽ കണ്ട തുമ്പികളും, അവൾ വരച്ച തുമ്പികളും അവർ കണ്ട തുമ്പികളോട് സാദൃശ്യമുള്ളവയായിരുന്നു. അവയുടെ ചിറകുകളിലും പല വർണ്ണങ്ങളുണ്ടായിരുന്നു. അവർ അതിശയിച്ചു.

''ആതിര, ഏതായാലും ഞങ്ങളുടെ ചരിത്രാന്വേഷണസംഘത്തിന്റെ ഭാഗമാണല്ലോ ആതിരയും. ആതിര ഞങ്ങൾക്ക് കുറച്ച് ചിത്രങ്ങൾ വരച്ചു തരണം. ചില ഭൂപടങ്ങളും സ്കെച്ചുകളുമാണ്. പ്രകാശൻ സാറ് വരച്ചു തന്ന മാതൃകകൾ ഇതോടൊപ്പമുണ്ട്. ഇതൊന്നു നോക്കൂ.''

അമ്മുക്കുട്ടി അവൾ കൊണ്ടുവന്ന പേപ്പർ ബാഗ് കിറ്റ് ആതിരയുടെ കൈയിലേക്കു കൊടുത്തു. അതിനകത്ത് വരയ്ക്കാനുള്ള കടലാസുകളും പെൻസിലും പേനയും സ്കെച്ച് പെന്നുമൊക്കെയുണ്ടായിരുന്നു. കൂടെ പ്രകാശൻ സാർ വരച്ചുകൊടുത്ത റഫ് സ്കെച്ചുകളും. ആതിര അവ യൊക്കെ വിശദമായി പരിശോധിച്ചു.

''ഞാൻ വരച്ചുതരാം. ഇപ്പോൾ വേണോ?''

''വേണ്ട. ആതിരയുടെ സൗകര്യത്തിനനുസരിച്ചു മതി.''

ആതിര തലകുലുക്കി സമ്മതിച്ചു. അവൾ ചെയ്തുകൊണ്ടിരുന്ന കടലാസുതുമ്പികളുടെ നിർമ്മാണം അപ്പോൾ അവസാനിപ്പിക്കാൻ അവൾക്ക് മനസ്സുണ്ടായിരുന്നില്ല. അതുകൊണ്ടാണ് പിന്നീട് വരയ്ക്കാ മെന്ന് അവൾ പറഞ്ഞത്. ദീപുവും അമ്മുക്കുട്ടിയും ആതിരയോട് യാത്ര പറഞ്ഞിറങ്ങി. വീട്ടിലെത്തിയ അവർക്ക് ധാരാളം ജോലിയുണ്ടായിരുന്നു. കുളിയും സന്ധ്യാസമയത്തെ നാമജപവും കഴിഞ്ഞ് അവർ പ്രകാശൻ സാർ ഏല്പിച്ച ജോലികൾ ചെയ്യാൻ തുടങ്ങി. നേരത്തെ മാസ്റ്ററുടെ വീട്ടിൽ വച്ച് എഴുതിത്തുടങ്ങിയ അന്വേഷണക്കുറിപ്പുകൾ പൂർത്തീകരി ക്കുകയായിരുന്നു അവർ. രാത്രി വൈകുംവരെ ഇരുവരുമിരുന്ന് എഴുതി ക്കൊണ്ടിരുന്നു. അമ്മുക്കുട്ടിയുടെ അച്ഛൻ കുട്ടികളോടൊപ്പമിരുന്നു. അച്ഛന് കുട്ടികളുടെ പരിശ്രമത്തോട് മതിപ്പായിരുന്നു. പ്രകാശൻ സാറിനെ മിക്ക വാറും ദിവസങ്ങളിൽ അദ്ദേഹം കണ്ട് കാര്യങ്ങൾ അന്വേഷിക്കാറുമുണ്ടാ യിരുന്നു. ഇനിയുള്ള രണ്ടു ദിവസങ്ങളിൽ പ്രകാശൻ സാർ മറ്റുചില തിരക്കുകളിലായിരിക്കുമെന്നു പറഞ്ഞിരുന്നതിനാൽ കുട്ടികൾക്ക് മറ്റെ ങ്ങോട്ടും പോകാനുണ്ടായിരുന്നില്ല. അവർ മാസ്റ്റർ പറഞ്ഞേല്പിച്ചതനു സരിച്ച് ഗ്രാമത്തിലെ കുറച്ച് മുതിർന്ന ആളുകളുമായി അഭിമുഖം നടത്താ നുദ്ദേശിച്ചിരുന്നു.

അടുത്ത ദിവസം ഉച്ചതിരിഞ്ഞാണ് ദീപുവും, അമ്മുവും വീട്ടിൽ നിന്നും അല്പമകലെയുള്ള കോരേട്ടൻ എന്ന് നാട്ടുകാർ വിളിക്കുന്ന വൃദ്ധനെ കാണുവാൻ ചെന്നത്. അദ്ദേഹം പഴയ ഒരു കൃഷിക്കാരനാണ്.

പഴയ കാലത്തെ ഭൂമിയുടെ വിനിയോഗവും, കൃഷിരീതികളും അറിയുക എന്നതായിരുന്നു ഉദ്ദേശ്യം. അതിനു വേണ്ട ചോദ്യാവലികളും തയ്യാറാക്കിയിരുന്നു.

''എന്താ മക്കളെ? എവിട്ന്നാ?''

കോരേട്ടൻ കണ്ണിനുമുകളിൽ നെറ്റിയിൽ കൈ വിടർത്തിവച്ച് ചോദിച്ചു. മുറ്റത്തു നിന്നും ദീപുവും അമ്മുവും മറുപടി പറഞ്ഞു.

''ഞങ്ങൾ വെള്ളിയോട് സ്കൂളിലെ കുട്ട്യേളാ. കോരേട്ടനെ കാണാൻ വന്നതാ.''

''വാ കേറിയിരിക്ക്.''

കോരേട്ടൻ കുട്ടികൾക്കിരിക്കാൻ കോലായയിൽ വിരിച്ചിട്ടിരുന്ന പുല്ലുപായ നീക്കിയിട്ടുകൊടുത്തു. ഓടുമേഞ്ഞതായിരുന്നു കോരേട്ടന്റെ വീട്. തറ ചാണകവും കരിയും ചേർത്ത് മെഴുകിയതായിരുന്നു. കുട്ടികൾ കോലായയിലേക്ക് കയറിയിരുന്നു.

''എന്താ മക്കൾ വന്നത്?''

''ഞങ്ങൾക്ക് സ്കൂളിലേക്കുവേണ്ടി ഒരു ചരിത്രാന്വേഷണത്തിനിറങ്ങിയതാ. നമ്മുടെ നാട്ടിലെ പഴയ കൃഷിരീതികളും മറ്റും അറിയണമെന്നുണ്ട്. കോരേട്ടൻ അതൊക്കെയൊന്ന് പറഞ്ഞുതരണം.''

ഏകദേശം എൺപതിനു മുകളിൽ പ്രായമുണ്ട് കോരേട്ടന്. അത്രയും പ്രായമുള്ളയാളെ കോരേട്ടൻ എന്നു വിളിക്കുന്നതിലെ ജാള്യത അമ്മുവിന്റെ മുഖത്തുണ്ടായിരുന്നു. പക്ഷേ, നാട്ടിലെ എല്ലാവരും, ചെറിയ കുട്ടികളും മുതിർന്നവരുമെല്ലാം, അദ്ദേഹത്തെ അങ്ങനെയായിരുന്നു വിളിക്കുന്നത്. എൺപതിനു മുകളിൽ പ്രായമായെങ്കിലും ഇപ്പോഴും നല്ല അരോഗദൃഢഗാത്രനായിരുന്നു കോരേട്ടൻ. ഇപ്പോഴും എല്ലാദിവസവും രാവിലെയെഴുന്നേറ്റ് മുന്നിലെ വയലിൽ വാഴകൾക്ക് തടമെടുക്കുകയും, കിളയ്ക്കുകയുമൊക്കെ ചെയ്യും അദ്ദേഹം. മണ്ണിൽ പണിയെടുക്കുന്നത് അദ്ദേഹത്തിന്റെ ജീവിതചര്യയുടെ ഭാഗമായിരുന്നു. അമ്മു സ്കൂളിൽ പോകുമ്പോൾ കോരേട്ടൻ പാടത്ത് പണിയെടുക്കുന്നത് കാണാറുണ്ട്.

''മോൾടെ അച്ഛന്റെ പേരെന്താ? ''

കോരേട്ടൻ ചോദിച്ചു. ഗ്രാമത്തിലെ മുഴുവൻ പേരെയും കോരേട്ടനറിയാം. എല്ലാ വീട്ടിലും എപ്പോഴെങ്കിലും ഒരിക്കൽ അയാൾ പോയിട്ടുണ്ട്. പഴയരീതിയിലുള്ള ഗ്രാമീണ ബന്ധങ്ങൾ ഇപ്പോഴില്ലെങ്കിലും ആളുകളെ കാണുമ്പോൾ കുടുംബവിശേഷങ്ങളും, നാട്ടുവിശേഷങ്ങളും ചോദിക്കുന്നത് കോരേട്ടന്റെ പതിവാണ്.

''പ്രഭാകരൻ. വടക്കേപ്പറമ്പിലെ.''

അമ്മു മറുപടി പറഞ്ഞു.

''ങ്ഹാ.. പ്രഭാകരന്റെ മോളാ? നിയ്യ് പണ്ടൊരിക്കൽ ഇവിടെ വന്നിട്ടുണ്ടല്ലോ? ഇല്ലേ?''

''അതെ. വന്നിട്ടുണ്ട്. അതും ഇതുപോലൊരു കാര്യത്തിനായിരുന്നു.''

അമ്മുക്കുട്ടി പണ്ടൊരിക്കൽ സ്കൂളിൽ നിന്നും നൽകിയൊരു പഠന പ്രവർത്തനത്തിന്റെ ഭാഗമായി കോരേട്ടനെ കാണാൻ പോയിരുന്നു. സയൻസ് എക്സിബിഷനുമായി ബന്ധപ്പെട്ട് വിവിധതരം കൃഷിരീതികളെക്കുറിച്ചറിയാനായിരുന്നു അന്ന് പോയത്. കോരേട്ടന് ആ കാര്യമൊക്കെ ഇപ്പോഴും ഓർമ്മയുണ്ട്.

''ങ്ഹാ.. അപ്പോൾ ഇതാരാ?''

ദീപുവിനെ ചൂണ്ടി കോരേട്ടൻ ചോദിച്ചു.

''ഇത് എന്റെ മാമന്റെ മകനാ. മാന്നാമംഗലം സ്കൂളിലാ ഇവൻ പഠിക്കുന്നത്. ഇപ്പോൾ വേനലവധിയായപ്പോൾ വന്നതാ.''

''ഊം.. ശരി.. എന്താണ് നിങ്ങൾക്കറിയേണ്ടത്?''

''കോരേട്ടന്റെ ചെറുപ്പകാലത്തെ ഈ നാട്ടിലെ കൃഷിരീതിയെപ്പറ്റി. എന്തൊക്കെ വിളകളായിരുന്നു കൃഷി ചെയ്തിരുന്നത്, ഏതൊക്കെ നിലങ്ങളിലായിരുന്നു കൃഷിചെയ്തിരുന്നത്, തുടങ്ങിയ കാര്യങ്ങൾ. ആരൊക്കെയായിരുന്നു അന്നത്തെ പ്രധാന കൃഷിക്കാർ, ഭൂവുടമകൾ ആരൊക്കെയായിരുന്നു തുടങ്ങിയ കാര്യങ്ങൾ..''

''ഊം.. ഇങ്ങനെ എല്ലാം കൂടെ ഒരുമിച്ച് ചോദിച്ചാൽ പറയാൻ ബുദ്ധിമുട്ടാണ്. ഞാൻ പറഞ്ഞുകൊണ്ടിരിക്കുമ്പോൾ നിങ്ങൾക്ക് സംശയമുള്ള കാര്യങ്ങൾ ചോദിച്ചാൽ മതി.''

''ശരിയപ്പൂപ്പാ..''

കോരേട്ടൻ എന്ന വിളി മാറി അമ്മുക്കുട്ടിയിൽ നിന്നും അപ്പൂപ്പാ എന്ന വിളി കേട്ടപ്പോൾ കോരേട്ടന്റെ മുഖം വിടർന്നു. അദ്ദേഹത്തിന് സന്തോഷമായി. പിന്നീടങ്ങോട്ടുള്ള സംഭാഷണത്തിൽ കുട്ടികൾ അപ്പൂപ്പാ എന്നാണ് കോരേട്ടനെ സംബോധന ചെയ്തത്. കുട്ടികളും കോരേട്ടനും തമ്മിലുള്ള നല്ലൊരു അടുപ്പത്തിന് അത് കാരണമായി. കുറേയധികം കാര്യങ്ങൾ അപ്പൂപ്പൻ അവർക്ക് പറഞ്ഞുകൊടുത്തു. കുട്ടികൾ അതെഴുതിയെടുത്തു. അവർ നേരത്തെ തയ്യാറാക്കിയിരുന്ന ചോദ്യാവലിയിലെ എല്ലാ ചോദ്യങ്ങൾക്കും ഉത്തരങ്ങൾ ശേഖരിച്ചുകഴിഞ്ഞതിനു ശേഷമായിരുന്നു അവരവിടെനിന്നും തിരിച്ചുപോന്നത്. അവർക്ക് മറ്റ് രണ്ടുപേരെക്കൂടെ അഭിമുഖം നടത്താനുണ്ടായിരുന്നു. ഒന്ന് ഒരു പ്രായമായ എഴുത്താശാനെയും മറ്റൊന്ന് പഴയൊരു കച്ചവടക്കാരനെയും. അന്നത്തെ ദിവസം അതിനുള്ള സമയമുണ്ടായിരുന്നില്ല. കോരപ്പൂപ്പന്റെ വീട്ടിൽ നിന്നുമിറങ്ങുമ്പോൾ തന്നെ സന്ധ്യയാവാറായിക്കഴിഞ്ഞിരുന്നു. അടുത്ത ദിവസംതന്നെ മറ്റ് രണ്ട് അഭിമുഖങ്ങളും അവർ തയ്യാറാക്കി. ഈ അഭിമുഖങ്ങളുടെയൊക്കെ കൃത്യമായ റിപ്പോർട്ടും അവർ വീട്ടിൽ വന്നതിനുശേഷം തയ്യാറാക്കിവച്ചു. അടുത്തയാഴ്ച പ്രകാശൻ സാറിന്റെ വീട്ടിലേക്കു പോകുമ്പോൾ ആ റിപ്പോർട്ടുകൾ അവർക്ക് കാണിക്കേണ്ടതുണ്ടായിരുന്നു.

പതിന്നാല്
പരിണാമകഥ

പ്രകാശൻ സാർ കഴിഞ്ഞയാഴ്ച മുഴുവൻ മറ്റ്ചില യാത്രകളിലായിരു ന്നുവെങ്കിലും മനസ്സിൽ പാപ്പിറസ് ചുരുളുകളിലെ ലിപികളുടെ ദുരൂഹത തന്നെയായിരുന്നു. പല സുഹൃത്തുക്കളുമായും അദ്ദേഹം അക്കാര്യത്തെ ക്കുറിച്ച് ചർച്ച ചെയ്തു. പക്ഷേ, ആർക്കും കൃത്യമായൊരു വിവരം തരാൻ കഴിയുമായിരുന്നില്ല. കുഞ്ഞഹമ്മദ് മാസ്റ്റർക്കും അതേപ്പറ്റി കാര്യമായ ധാരണയില്ല. ഇ മെയിൽ സന്ദേശങ്ങൾക്കുള്ള മറുപടി കാത്തിരിക്കുകയ ല്ലാതെ മറ്റു വഴികളില്ലായിരുന്നു മാസ്റ്റർക്ക്. രാത്രി കുളിയും, ഭക്ഷണവു മൊക്കെ കഴിഞ്ഞ് കമ്പ്യൂട്ടർ ഓൺചെയ്ത് ഇ മെയിൽ തുറന്നുനോക്കി യപ്പോൾ മാസ്റ്റർക്ക് അതിശയം തോന്നി. ഇൻബോക്സിൽ പത്തിൽക്കൂ ടുതൽ മെയിലുകൾ കാത്തിരിക്കുന്നു. എല്ലാം ലിപികളെക്കുറിച്ചുള്ള സംശയങ്ങൾക്കുള്ള മറുപടികൾ.

ആസ്ട്രേലിയൻ പ്രൊഫസറുടെ മറുപടിയായിരുന്നു ആദ്യം. ലിപിയെ ക്കുറിച്ച് അവർ ആധികാരികമായ പഠനം നടത്തിയത്രെ. മെൽബൺ സർവ്വകലാശാലയിലെ പുരാവസ്തുവിഭാഗം ഇക്കാര്യത്തിൽ വളരെ നല്ല സഹകരണം നൽകിയെന്ന് പ്രൊഫസർ നന്ദിയോടെ സ്മരിക്കുന്നു. ലിപി ആഫ്രിക്കൻ ആണെന്നതിൽ സംശയമില്ല. ഏറെക്കുറെ അത് വായിച്ചെ ടുക്കാനും സാധിച്ചിരിക്കുന്നു. മറ്റ് ആഫ്രിക്കൻ ഗോത്രലിപികളുമായി താര തമ്യം ചെയ്തുകൊണ്ടാണ് ഇത് വായിച്ചെടുക്കാനവർക്ക് സാധിച്ചതത്രെ! ആഫ്രിക്കൻ ഭാഷകളിൽ മിക്കതിനും സ്വന്തമായി ലിപിയില്ലാത്തതിൽ നിന്നും ഈ ലിപി ഉപയോഗിച്ചിരുന്ന പുരാതന ഗോത്രം വളരെ സാംസ്കാ രികമായി ഔന്നത്യത്തിൽ നിന്നിരുന്ന ഗോത്രമായിരുന്നുവെന്നാണവർ അനുമാനിക്കുന്നത്. ഈജിപ്തിലുണ്ടായിരുന്ന ഹൈറോഗ്ലിഫിക്സ് ലിപി യുടെ ഒരു അവസ്ഥാന്തരമാണിതെന്നാണവർ പറയുന്നത്. മിക്കവാറും ഹൈറോഗ്ലിഫിക്സിനേക്കാൾ പുരാതനമായ ലിപി. ഹൈറോഗ്ലി ഫിക്സിൽ ഉപയോഗിച്ചിരിക്കുന്ന പല ചിഹ്നങ്ങളും ഇതിൽ ഉപയോഗി ച്ചിട്ടുള്ളതിൽ നിന്നാണ് ഹൈറോഗ്ലിഫിക്സുമായിതിന് ബന്ധമുണ്ടെന്ന് ലിപിശാസ്ത്രജ്ഞൻമാർ കരുതുന്നത്.

ആഫ്രിക്കൻ തുമ്പികൾ

ഇതേവരെ കണ്ടെത്തിയ ആഫ്രിക്കൻ ലിപികളിൽ വച്ച് ഏറ്റവും പുരാതനമെന്നാണവരുടെ നിഗമനം. അങ്ങനെയാണെങ്കിൽ ഈജിപ്ഷ്യൻ സംസ്കാരത്തേക്കാൾ പഴയൊരു സാംസ്കാരിക പൈതൃകം ആഫ്രിക്കൻ ഭൂഖണ്ഡത്തിന് അവകാശപ്പെടാൻ കഴിയുമെന്ന് ചരിത്രകാരൻമാർ അദ്ഭുതപ്പെടുന്നു. ഇതേവരെ കണ്ടെത്തിയവയിൽ നിന്നും വ്യത്യസ്തമായൊരു ചരിത്രമാണ് അതിലൂടെ വ്യക്തമാവുക. പക്ഷേ, പാപ്പിറസ് ചുരുളിൽ എഴുതപ്പെട്ടിരിക്കുന്നത് മറ്റെവിടെയോ എഴുതിവച്ചിരിക്കുന്ന കാര്യങ്ങളുടെ പകർത്തിയെഴുത്താണെന്നുവേണം മനസ്സിലാക്കാനെന്നാണ് പുരാവസ്തു ഗവേഷകരുടെ അഭിപ്രായം. കാരണം, പാപ്പിറസ് ഇലകൾ മനുഷ്യൻ എഴുത്തിനായി ഉപയോഗിക്കാൻ തുടങ്ങിയ കാലഘട്ടത്തിൽ ഇതിലും മികച്ച ലിപികൾ നിലവിലുണ്ടായിരുന്നു എന്നതു തന്നെ. എന്തുതന്നെയായാലും ഈ പ്രാചീന ലിപിയിൽ ആ പാപ്പിറസ് ചുരുളുകളിൽ എഴുതപ്പെട്ടിരിക്കുന്ന കാര്യങ്ങൾ ഏതോ വിഗ്രഹം തേടിയുള്ള അലച്ചിലിനെക്കുറിച്ചാണ് സൂചിപ്പിക്കുന്നത്. പഴയൊരു ശാപത്തിന്റെ കഥയും അവ്യക്തമായി പറയുന്നുണ്ട്. ഏതോ അദ്ഭുതശക്തിയുള്ള കൽവിഗ്രഹം നഷ്ടപ്പെടുത്തിയതിന് ഒരു ഗോത്രവർഗ്ഗത്തെയാകമാനം സൂര്യദേവൻ എന്ന് ആഫ്രിക്കക്കാർ വിളിക്കുന്ന ദൈവം ശപിച്ച് തുമ്പികളാക്കി മാറ്റിയതിനെക്കുറിച്ചും, ആ വിഗ്രഹം തേടിപ്പിടിച്ച്

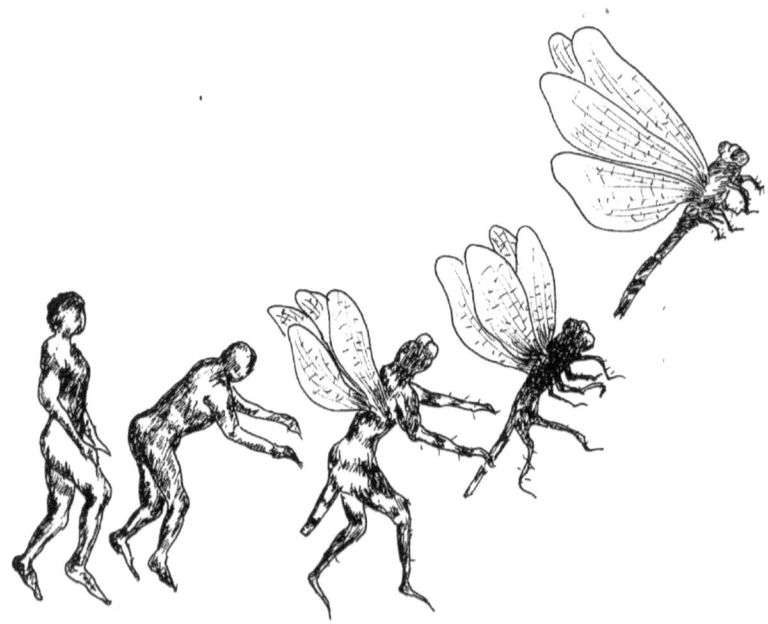

കണ്ടെത്തിക്കഴിഞ്ഞാൽ മാത്രം ശാപമോക്ഷമെന്നുമുള്ളൊരു കഥയും പരാമർശിച്ചിരിക്കുന്നു.

അമേരിക്കൻ ഭാഷാശാസ്ത്രജ്ഞന്റെ കണ്ടെത്തലും ഇതിനു സമാന മായതുതന്നെയായിരുന്നു. പുരാതന ഈജിപ്തിനും തെക്കുവശത്തുള്ള കിഴക്കൻ മധ്യാഫ്രിക്കയിലെ മിലെസ് ഗോത്രവർഗ്ഗത്തിന്റേതാണ് ആ ലിപി യെന്നുകൂടെ അമേരിക്കൻ ശാസ്ത്രജ്ഞൻ നിഗമനത്തിലെത്തുന്നു. മിലെസ് ഗോത്രവർഗ്ഗക്കാർ പ്രാചീന നൈൽ നദീതട നാഗരികതയുടെ മുൻഗാമികൾ ആയിരുന്നുവെന്നാണ് പറയപ്പെടുന്നത്. തനതായ ഭാഷയും സംസ്കാരവും എഴുത്തുരീതിയും സ്വന്തമായുണ്ടായിരുന്ന ഇവരിൽ ഒരു വിഭാഗമായിരുന്നു ഫലഭൂയിഷ്ഠമായ നൈൽനദീതടത്തിലേക്ക് കുടിയേറി പ്പാർത്തതും ഈജിപ്ഷ്യൻ സംസ്കാരം എന്ന് പിന്നീട് ഖ്യാതിനേടിയ നൈൽനദീതട സംസ്കാരത്തിന് തുടക്കം കുറിച്ചതെന്നും പറയപ്പെടുന്നു. പക്ഷേ, അദ്ഭുതമെന്നു പറയട്ടെ, അതി പ്രാചീനതയിൽ മിലെസ് ഗോത്രം നിലവിലുണ്ടായിരുന്നുവെന്ന് ഈജിപ്ഷ്യൻ ഹൈറോഗ്ലിഫിക്സ് രേഖ കളിലും ഫറോവമാരുടെ കുറിപ്പുകളിലും പറയുന്നുണ്ടെങ്കിലും ചരിത്ര ഗതിയിലെപ്പൊഴോ, അതായത്, നൈൽ നദീതടത്തിൽ മനുഷ്യവാസ മുറപ്പിക്കുന്നതിനും മുമ്പ് മിലെസ് ഗോത്രവർഗ്ഗക്കാരിലൊരു വിഭാഗം പൂർണ്ണമായും തുമ്പികളായി പരിണമിച്ചുപോയിയെന്നും രേഖപ്പെടുത്ത പ്പെട്ടിട്ടുണ്ടത്രെ! അവിടെയും ഇത്തരത്തിലുള്ളൊരു ശാപകഥയും വിഗ്രഹാന്വേഷണ കഥയും പറയപ്പെടുന്നുണ്ടത്രെ!

പ്രകാശൻ മാസ്റ്റർ ഏതാനും നിമിഷം കമ്പ്യൂട്ടർ സ്ക്രീനിൽ നിന്നും നോട്ടം പിൻവലിച്ച് കണ്ണുകളടച്ചു ചാരിയിരുന്നു. അദ്ഭുതമായിരിക്കുന്നു കണ്ടെത്തലുകൾ. ഇനി ഈ ശാപകഥയെക്കുറിച്ചും, വിഗ്രഹാന്വേഷണ കഥയെക്കുറിച്ചുമാണ് കൂടുതൽ മനസ്സിലാക്കേണ്ടത്. അതിന് ആഫ്രിക്ക യിലെ സുഹൃത്തുക്കളിലാരുടെയെങ്കിലും സഹായം ലഭ്യമാക്കിയേ തീരൂ. നൈജീരിയൻ പ്രൊഫസർക്ക് അയച്ച മെയിലിന് മറുപടി ഇതേവരെ ലഭിച്ചിട്ടില്ല. ഒന്നുകൂടെ മെയിലയച്ചു നോക്കാം. ഈ കഥയെക്കുറിച്ച് പ്രത്യേകമായും ചോദിക്കാം. എന്തെങ്കിലും വിവരം ലഭിച്ചുകൂടായെന്നില്ല. കുട്ടികൾ നാളെയെത്തും. അവരെയും കൂട്ടി ഒന്നുകൂടെ ഏയ്യാറ്റിൽ താഴെ പ്പൊയിലിലെ മണൽപ്പരപ്പിലേക്കു പോകണം. കൂടുതൽ വിവരങ്ങൾ ശേഖരിക്കണം.

മാസ്റ്റർ കമ്പ്യൂട്ടർ ഷട്ട്ഡൗൺ ചെയ്ത് എഴുന്നേറ്റ് മുറിക്ക് പുറത്തേ ക്കിറങ്ങി. നല്ല നിലാവുള്ള രാത്രിയാണ്. ഏറെ നേരം കമ്പ്യൂട്ടർ സ്ക്രീനിൽ നോക്കിയിരുന്നതിനാലാവണം കണ്ണിനു വല്ലാത്ത കഴപ്പ്. മുറ്റത്തേക്കിറങ്ങി, ടാപ്പിൽ നിന്നും വെള്ളമെടുത്ത് മുഖം കഴുകി. വീട്ടിൽ എല്ലാവരും ഉറങ്ങിക്കഴിഞ്ഞിരിക്കുന്നു. അടുത്ത വീടുകളിലും വെളിച്ച മില്ല. വിശാലമായ പാടമാണ് വീട്ടുതൊടിക്കുമപ്പുറത്ത്. നിലാവിന്റെ അരണ്ട വെളിച്ചത്തിൽ കൊയ്ത്തുകഴിഞ്ഞ പാടവും, പാടവരമ്പുകളും കാണാം.

മാസ്റ്റർ വെറുതെ മുറ്റത്തുകൂടെ അങ്ങോട്ടുമിങ്ങോട്ടും നടന്നു. പൊടുന്നനെ ഒരു മുരൾച്ചകേട്ടു. മുറ്റത്തെ മാവിൻ കൊമ്പത്തുനിന്നുമാണ് ആ മുരൾച്ച. മാസ്റ്റർ വേഗം വീട്ടിനകത്തേക്കു കയറി ടോർച്ചെടുത്തു പുറത്തേക്കു വന്നു. മാവിൻ കൊമ്പത്തെ ശബ്ദം കേട്ടഭാഗത്തേക്ക് ടോർച്ചടിച്ചു നോക്കി. അവിശ്വസനീയമായിരുന്നു ആ കാഴ്ച. മാവിന്റെ താഴ്ന്ന ചില്ലയിൽ ഒരു കൂട്ടം തുമ്പികൾ പറ്റിപ്പിടിച്ചു നിൽക്കുന്നു. ഇരുട്ടിൽ പെട്ടെന്നുവന്ന ടോർച്ചിന്റെ വെളിച്ചത്തിൽ അസ്വസ്ഥരാണവർ.

ഈ രാത്രിയിലും ഇവ തന്നെ നിരീക്ഷിച്ചിരിക്കയാണോ? മാസ്റ്റർക്ക് അദ്ഭുതം തോന്നി. ശബ്ദമുണ്ടാക്കാതെ, തുമ്പികളെ ശല്യപ്പെടുത്താതെ, മാസ്റ്റർ തിരിച്ച് വീട്ടിനകത്തേക്കു തന്നെ കയറിപ്പോയി. വെളിച്ചമണച്ച് കിടന്നു. ഉറക്കം വരുന്നില്ല. തീർച്ചയായും ഈ തുമ്പികൾ എന്തോ തേടി നടക്കുന്നവരാണ്. അവിചാരിതമായി കണ്ണിൽപ്പെട്ട ഞങ്ങളുടെ പിന്നാലെ അവയുണ്ട്. തീർച്ചയായും കുട്ടികളുടെ വീട്ടു പരിസരത്തും അവ കാവലിരിക്കുന്നുണ്ടാവണം. ആസ്ട്രേലിയൻ പ്രൊഫസറും അമേരിക്കൻ ശാസ്ത്രജ്ഞനും പറഞ്ഞതനുസരിച്ചുള്ള കഥകളിലെ തുമ്പികളായിരിക്കുമോ ഇവ? മുമ്പെങ്ങോ മനുഷ്യരായിരുന്നവർ? ശാപം ലഭിച്ച് തുമ്പികളായി മാറിയവർ? ശാപമോക്ഷത്തിനായി കൽവിഗ്രഹവും അന്വേഷിച്ചു നടക്കുന്നവർ? കഥകളിലൊക്കെയല്ലാതെ അങ്ങനെ സംഭവിക്കുമോ? ആയിരമായിരം ചോദ്യങ്ങൾ മാസ്റ്ററുടെ മനസ്സിൽ ഉയർന്നുകൊണ്ടിരുന്നു. ഉറക്കം എവിടെയോ പോയൊളിച്ചിരിക്കുന്നു.

രാത്രി എത്ര വൈകിയുറങ്ങിയാലും രാവിലെ നേരത്തെ എഴുന്നേൽക്കുന്നതായിരുന്നു മാസ്റ്ററുടെ ശീലം. രാവിലെയെഴുന്നേറ്റ് കൃഷിയിടത്തിലേക്ക് ചെന്ന്, ഓരോ ചെടികളെയും പരിപാലിച്ച്, അവയ്ക്കൊക്കെ വെള്ളം നനച്ച്, കളകൾ പറിച്ചുകളഞ്ഞ്, ചുരുങ്ങിയത് ഒരുമണിക്കൂർ സമയമെങ്കിലും, കൃഷിയോടൊപ്പം ചെലവഴിക്കുക മാസ്റ്ററുടെ ദിനചര്യയായിരുന്നു. പതിവുപോലെ കൃഷിയിടത്തിൽ നനച്ചുകൊണ്ടിരിക്കേയാണ് കുട്ടികൾ പാടത്തുകൂടെ വരുന്നത് കണ്ടത്. അവർ വലിയ ആവേശത്തിലാണല്ലോ!

രാവിലെത്തന്നെ ദീപുവും അമ്മുക്കുട്ടിയും നോട്ടുബുക്കും പേനയും കടലാസുകളും ഭക്ഷണപ്പൊതിയുമടങ്ങുന്ന ബാഗുമായി വീട്ടിൽ നിന്നുമിറങ്ങിയതാണ്. ഇപ്പോൾ കുട്ടികളുടെ ദിനചര്യയും അങ്ങനെയായിക്കഴിഞ്ഞിരിക്കുന്നു. സദാസമയവും ചരിത്രാന്വേഷണം എന്നൊരൊറ്റ ചിന്ത മാത്രം മനസ്സിൽ. ഇന്ന് രണ്ടുദിവസത്തെ ഇടവേളയ്ക്കു ശേഷമാണ് അവർ പ്രകാശൻ സാറിന്റെ വീട്ടിലേക്കു വരുന്നത്.

''വരൂ... വരൂ... നേരത്തെ വന്നുവല്ലോ? ഞാനും നിങ്ങളെക്കുറിച്ച് ആലോചിക്കുകയായിരുന്നു. നമുക്ക് ആ പഴയ ഗുഹയിലേക്കൊന്നു പോകണ്ടേ? അവിടത്തെ ഗുഹാചിത്രത്തിന്റെ ചില ഫോട്ടോകളെടുക്കണം.

അതുകഴിഞ്ഞ് സാധിക്കുകയാണെങ്കിൽ നമുക്ക് ഏയ്യാറ്റിൽ പൊയിലിലെ മണൽപ്പരപ്പിലേക്കും പോകാം. തുമ്പികളെ ഒന്നുകൂടെ കാണാം. നിങ്ങളിരിക്കൂ. ഞാനൊന്നു കുളിച്ചിട്ട് വേഗം വരാം.''

മാസ്റ്റർ കുട്ടികളോട് ഇരിക്കാൻ പറഞ്ഞ് കുളിക്കാൻ പോയി. കുട്ടികൾ വരാന്തയിലിരുന്ന് മേശമേൽ അടുക്കിവച്ചിരുന്ന മാഗസിനുകളെടുത്ത് മറിച്ചുനോക്കി.

''എത്രയധികം പുസ്കങ്ങളാ! സാർ ഇതൊക്കെ വായിച്ചിട്ടുണ്ടാവുമോ?''

ദീപു അദ്ഭുതത്തോടെ ചോദിച്ചു.

''പിന്നില്ലാതെ? സാർ വായിക്കാത്ത പുസ്തകങ്ങളൊന്നും ഭൂമിയിലുണ്ടാവില്ല.''

''ഓ.. പിന്നെ, ഭൂമിയിലുള്ള പുസ്തകങ്ങളൊക്കെ വായിക്കാൻ സാറിനെവിടെയാ നേരം?''

''എടാ മണ്ടാ, നമ്മളുടെ കൂടെ വരുന്ന സമയം കഴിഞ്ഞാൽ സാർ മുഴുവൻ സമയം വായിക്കുകയാ. എന്റെ അച്ഛൻ പറഞ്ഞിട്ടുണ്ടല്ലോ, എപ്പോൾ ലൈബ്രറിയിൽ പോയാലും പ്രകാശൻ സാർ അവിടെയിരുന്ന് വായിക്കുന്നുണ്ടാവുമെന്ന്.''

''ഊം.. ശരിയായിരിക്കും. എന്നാലും ഭൂമിയിലെ മുഴുവൻ പുസ്തകങ്ങളൊന്നും വായിച്ചിട്ടുണ്ടാവില്ല.''

ദീപുവിന് വിശ്വസിക്കാൻ പ്രയാസമായിരുന്നു. ലോകത്തെല്ലായിടത്തും എല്ലാ ഭാഷകളിലും പുസ്തകങ്ങളുണ്ടാവുമെന്നും അവയെല്ലാം പ്രകാശൻ മാസ്റ്റർക്ക് വായിക്കാൻ സാധിക്കുകയില്ലെന്നുമൊക്കെ അവനറിയാമായിരുന്നു. പക്ഷേ, അമ്മുക്കുട്ടിക്കുമുന്നിൽ തർക്കിച്ചിട്ടു കാര്യമില്ല. തർക്കിച്ച് തോറ്റുപോയാൽ ചിലപ്പോൾ അവൾ കരയും. അമ്മു മടിച്ചു മടിച്ച് ദീപുവിനോട് പറഞ്ഞു.

''അതേയ്, ഞാൻ പറഞ്ഞതുപോലെ ഭൂമിയിലെ എല്ലാ പുസ്തകങ്ങളൊന്നും സാർ വായിച്ചിട്ടുണ്ടാവില്ല എന്നെനിക്കറിയാം. എന്നാലും ഇവിടുള്ള പുസ്തകങ്ങളും, ലൈബ്രറിയിലെ പുസ്തകങ്ങളുമൊക്കെ സാർ വായിച്ചിട്ടുണ്ടാവും.''

ദീപു അമ്മുക്കുട്ടിയുടെ മുഖത്തേക്കു നോക്കി ചിരിച്ചു. അമ്മുക്കുട്ടിയും ഒരു ചമ്മിയ ചിരിചിരിച്ചു.

''എന്താണ് രണ്ടുപേരും കൂടെയൊരു തർക്കം? ങ്ഹേ?''

പ്രകാശൻ സാർ കുളിച്ച് വസ്ത്രം മാറി വരാന്തയിലേക്കു വന്നു ചോദിച്ചു.

''ഹേയ്.. ഒന്നുമില്ല സാർ. ഇവനോരോന്നു പറഞ്ഞ് എന്നെ ദേഷ്യം പിടിപ്പിക്കുവാരുന്നു.''

അമ്മുക്കുട്ടി ദീപുവിനെ ചൂണ്ടി പറഞ്ഞു. ദീപു അവളെ ഈർഷ്യയോടെ നോക്കി. മാസ്റ്റർ ചിരിച്ചു.

''രണ്ടുപേരും വരൂ. നമുക്ക് ചായകുടിക്കാം.''

''ഹയ്യോ, സാർ, ഞങ്ങൾ ചായ കുടിച്ചിട്ടാണ് വന്നത്.''

"അതു സാരമില്ല. ഇവിടെനിന്നും ഇത്തിരി ചായ എന്റെ കൂടെ കുടിച്ചതുകൊണ്ട് ഒന്നും സംഭവിക്കില്ല. നിങ്ങൾ വരൂ.''

കുട്ടികൾ മടിച്ചുമടിച്ചു ചെന്നു. അകത്തെ ഡൈനിംഗ് ടേബിളിൽ ചൂടുള്ള പുട്ടും കടലയും ഒരുക്കി വച്ചിരുന്നു.

''ഞങ്ങൾക്ക് ഓരോന്നു മതി. ഞങ്ങൾ വീട്ടിൽനിന്നും കഴിച്ചിട്ടാ വന്നത്.''

അമ്മുക്കുട്ടി പറഞ്ഞതനുസരിച്ച് ചിരിച്ചുകൊണ്ട് പ്രകാശൻ സാറിന്റെ ഭാര്യ കുട്ടികൾക്ക് ഓരോ മുറി പുട്ടും, കടലക്കറിയും, കൊടുത്തു. നിശ്ശബ്ദരായിരുന്നാണ് കുട്ടികൾ ഭക്ഷണം കഴിച്ചത്.

''എന്താ, രണ്ടാളും മിണ്ടാത്തേ?''

മാഷുടെ ഭാര്യയാണ് ചോദിച്ചത്.

''ഒന്നുംല്ല..''

ദീപു മറുപടി പറഞ്ഞു. അവന് ചിരിവരുന്നുണ്ടായിരുന്നു. അമ്മുവിലേക്കും ആ ചിരി പടർന്നു.

''എന്താ ചിരിക്കുന്നേ?''

മാസ്റ്ററുടെ ഭാര്യ കൗതുകത്തോടെ ചോദിച്ചു.

''ഒന്നൂല്ലാ.. ഇവൻ ചിരിപ്പിച്ചിട്ടാ..''

അമ്മു പറഞ്ഞു. പ്രകാശൻ മാസ്റ്ററും ഒന്നിച്ചു ചിരിച്ചു. പിന്നെ ചിരി മാസ്റ്ററുടെ ഭാര്യയിലേക്കും പടർന്നു. പിന്നെയതൊരു കൂട്ടച്ചിരിയായി.

''രണ്ടാളും നല്ല കുസൃതികളാണല്ലോ.''

''കുസൃതികളാണെന്നു പറയണോ, നല്ല കുറുമ്പുണ്ട്. ദീപു കഴിഞ്ഞ ദിവസം മരപ്പൊത്തിൽ കൈയിട്ടതോർമ്മയുണ്ടോ? അങ്ങനെയൊന്നും ചെയ്യരുത് കേട്ടോ. അപകടമാണ്.''

''ഞാൻ അങ്ങനെ ചെയ്തതുകൊണ്ടല്ലേ, ആ പാപ്പിറസ് ചുരുളുകൾ കിട്ടിയത്?''

ദീപുവിന്റെ ചോദ്യത്തിന് മാസ്റ്റർക്ക് ഉത്തരമുണ്ടായിരുന്നില്ല. മാസ്റ്ററുടെ ഭാര്യ അതുകണ്ട് ചിരിച്ചു. അപ്പോഴേക്കും അവർ ചായ കഴിച്ചുകഴിഞ്ഞിരുന്നു.

''ഇനി നമുക്ക് പോകാം.''

മൂവരും കൂടെ, തെക്കേപ്പുറമ്പിലെ ഗുഹ ലക്ഷ്യമാക്കി നടന്നു. ഇത്തവണ കാടുവെട്ടി വൃത്തിയാക്കാനായി വെട്ടുകത്തിയും, ഫോട്ടോ

യെടുക്കാനായി ക്യാമറയും, ടോർച്ചു ലൈറ്റുമൊക്കെ മാസ്റ്റർ ബാഗിൽ കരുതിയിരുന്നു. ഗുഹയിലേക്കുള്ള യാത്രയ്ക്കിടയിൽ മാസ്റ്റർ, പാപ്പിറസ് ചുരുളുകളിലെ രഹസ്യങ്ങളെക്കുറിച്ച് ഇന്നലെ വന്ന ഇ മെയിലുകളുടെ കാര്യവും, മധ്യ കിഴക്കനാഫ്രിക്കയിലെ പുരാതന ഗോത്രവർഗ്ഗമായ മിലെസ് ഗോത്രവർഗ്ഗത്തെക്കുറിച്ചും, മനുഷ്യർ തുമ്പികളായിമാറിയ ശാപകഥയുമൊക്കെ കുട്ടികൾക്ക് വിശദീകരിച്ചുകൊടുത്തു. മനുഷ്യർ തുമ്പികളായ കഥ മാസ്റ്റർ പറയുമ്പോൾ അമ്മുക്കുട്ടി മുമ്പൊരിക്കൽ കണ്ട സ്വപ്നം ഓർക്കുകയായിരുന്നു. തുമ്പികൾ മനുഷ്യരൂപം കൈവരിക്കുന്നതും ചിറകുകൾക്കുപകരം കൈകൾ വിടർത്തി പറന്ന് അവർ മേഘങ്ങളിൽ അള്ളിപ്പിടിച്ചു കയറുന്നതും ഭാരം താങ്ങാനാവാതെ മേഘങ്ങൾ അടർന്നുവീണതുമായ സ്വപ്നം. അന്ന് അമ്മുക്കുട്ടി പേടിച്ചു നില വിളിച്ചിരുന്നു. മാസ്റ്റർ മുന്നിലും, അമ്മുവും ദീപുവും പിന്നിലുമായി അവർ നടന്നു. അവർക്കും പിന്നിലായി, അവർ കാണാതെ, തെളിഞ്ഞും മറഞ്ഞും ഒരു മേഘപടലവും സഞ്ചരിക്കുന്നുണ്ടായിരുന്നു.

പതിനഞ്ച്

ആഫ്രിക്കയിൽനിന്നും!

ഗുഹാമുഖത്ത് പുതിയ ചിതൽപ്പുറ്റ് വളർന്നിരുന്നു. ദീപു വലിയൊരു കല്ലെടുത്ത് അതുടച്ചുകളഞ്ഞു. അതിൽനിന്നും നിരവധി ചിതലുകൾ പുറത്തേക്കുവന്നു.

''എന്തിനാ ദീപു, ആ ചിതൽപ്പുറ്റുടച്ചുകളഞ്ഞേ? ആ ചിതലുകൾ എത്രദിവസം പണിയെടുത്തായിരിക്കുംന്നറിയ്യോ ആ പുറ്റുണ്ടാക്ക്യേ?''

അമ്മുക്കുട്ടി ദീപുവിനെ ശാസിച്ചു. ദീപു അവളെ കൊഞ്ഞനംകുത്തിക്കാണിച്ചു.

മാസ്റ്റർ അതുകണ്ടെങ്കിലും ചിരിച്ചതേയുള്ളൂ. അകത്തേക്കു കടക്കുന്നയിടത്ത് വളർന്നുനിന്നിരുന്ന കാട്ടപ്പച്ചെടികൾ വെട്ടുകത്തികൊണ്ട് വെട്ടിമാറ്റുകയായിരുന്നു മാസ്റ്റർ. പിന്നെ മൂവരും ചേർന്ന് ഗുഹയ്ക്കുള്ളിലേക്ക് പ്രവേശിച്ചു. ഗുഹയ്ക്കകത്ത് ഇരുട്ടായിരുന്നു. മാസ്റ്റർ ടോർച്ച് തെളിയിച്ചു. നല്ല ശക്തിയുള്ള പ്രകാശമുള്ള ടോർച്ചായിരുന്നു അത്. ടോർച്ചിന്റെ പ്രകാശത്തിൽ ഗുഹാഭിത്തിയിലെ ചിത്രങ്ങൾ ഇത്തവണ കൂടുതൽ തെളിച്ചത്തോടെ അവർ കണ്ടു.

''അതെ തുമ്പികൾ തന്നെയാണ്. നമ്മൾ അവിടെക്കണ്ടതുപോലെയുള്ള തുമ്പികൾ..!''

ദീപു വിളിച്ചു പറഞ്ഞു. ഗുഹയ്ക്കുള്ളിൽ അവന്റെ ശബ്ദം പ്രതിധ്വനിച്ച് വലിയൊരു മുഴക്കം സൃഷ്ടിച്ചു.

''മിണ്ടാതിരിക്കൂ..''

മാസ്റ്റർ അവനെ ശാസിച്ചു. ടോർച്ച് അമ്മുക്കുട്ടിയുടെ കൈയിൽ കൊടുത്ത്, മാസ്റ്റർ ആ ഗുഹാചിത്രങ്ങളുടെ ഫോട്ടോകളെടുത്തു. അമ്മുക്കുട്ടി അപ്പോഴും ചിത്രങ്ങൾ സൂക്ഷ്മമായി പരിശോധിക്കുകയായിരുന്നു.

''സാർ, നോക്കൂ, ഇതാ ഇവിടെ.. സാർ പറഞ്ഞതുപോലെ മനുഷ്യരുടെ ചിത്രവും, തുമ്പികളുടെ ചിത്രവുമുണ്ട്. മനുഷ്യർ തുമ്പികളായി പരിണമിക്കുന്നതിന്റെ ചിത്രമാണിത്.''

പ്രകാശൻ സാർ ചിത്രത്തിൽ സൂക്ഷിച്ചു നോക്കി. ശരിയാണല്ലോ. അമ്മുക്കുട്ടിയുടെ നിരീക്ഷണത്തെ മാസ്റ്റർ അഭിനന്ദിച്ചു.

''ശരി. ഫോട്ടോകളെടുത്തു കഴിഞ്ഞല്ലോ. ഇനി നമുക്ക് പോകാം. നമുക്ക് ഏയ്യാറ്റിൽ പൊയിലിലെ മണൽപ്പുറത്തും പോകേണ്ടതുണ്ട്.''

''അതിന് അവിടേക്കു പോകാൻ വണ്ടി വേണ്ടേ? സാറിന്റെ കാറ് കൊണ്ടുവന്നിട്ടില്ലല്ലോ.''

''നമുക്ക് വീട്ടിലേക്കു പോയിട്ട് കാറിൽ അങ്ങോട്ട് പോകാമല്ലോ.''

സാർ ദീപുവിന്റെ ചോദ്യത്തിന് ചിരിയോടെ മറുപടി പറഞ്ഞു. അമ്മുക്കുട്ടിയും ചിരിച്ചു.

അവർ വേഗംതന്നെ മാസ്റ്ററുടെ വീട്ടിലേക്കു നടന്നു.

''സാർ, അപ്പോൾ ആ തുമ്പികൾക്ക് ഈ ഗുഹയുമായി ബന്ധമുണ്ടാകുമോ?''

''ഉണ്ടാകണമല്ലോ. അതുകൊണ്ടാണല്ലോ ഗുഹാഭിത്തിയിൽ തുമ്പികളുടെ ചിത്രം ആലേഖനം ചെയ്തിരിക്കുന്നത്.''

''ആഫ്രിക്കയിലെ തുമ്പികൾക്ക് നമ്മുടെ പ്രദേശത്തെ ഗുഹയുമായി എന്തു ബന്ധമാണുള്ളത്?''

''അതാണ് നമുക്കിനി കണ്ടെത്താനുള്ള രഹസ്യം. നമുക്ക് നോക്കാം.''

''തുമ്പികൾ ആഫ്രിക്കയിൽ നിന്നും ഇത്രയും ദൂരം പറന്നുവരുമോ?''

''വരുമെന്നാണ് ചില ഗവേഷകർ പറയുന്നത്. ചിലപ്പോൾ അങ്ങനെയാവാം. അല്ലെങ്കിൽ അവിടെനിന്നും വരുന്ന ഏതെങ്കിലും കപ്പലുകളുടെ മുകളിലോ മറ്റോ കയറിപ്പറ്റി വരുന്നതാവാം. നമുക്ക് ആ കാര്യങ്ങളൊക്കെ അന്വേഷിച്ച് കണ്ടെത്തേണ്ടിയിരിക്കുന്നു.''

പ്രകാശൻ സാറിന്റെ വീട്ടിലെത്തുമ്പോൾത്തന്നെ അമ്മുവും ദീപുവും തളർന്നുപോയിരുന്നു.

''വെള്ളം വേണം.. ''

അമ്മുക്കുട്ടിയും, ദീപുവും ഒരുമിച്ചു പറഞ്ഞു.

ഏയ്യാറ്റിൽ പൊയിലിലെ മണൽപ്പരപ്പിലേക്കു പുറപ്പെടുമ്പോൾ വെട്ടുകത്തിയും ക്യാമറയുമൊക്കെ മാസ്റ്റർ കാറിൽ എടുത്തുവച്ചു. ഉച്ചയ്ക്ക് കഴിക്കാനുള്ള ഭക്ഷണവും കരുതിയിരുന്നു. മാസ്റ്ററുടെ ഭാര്യ ചപ്പാത്തിയും ഉള്ളിക്കറിയും തയ്യാറാക്കി വാഴയില വാട്ടിയെടുത്തതിൽ പൊതിഞ്ഞ് പ്രത്യേകം ബാഗിലാക്കി വച്ചിരുന്നു. ആവശ്യത്തിന് വെള്ളവും. സർവ്വസന്നാഹങ്ങളുമായി അവർ ഏയ്യാറ്റിൽ പൊയിലിലേക്ക് പുറപ്പെട്ടു.

കാറിൽ യാത്രചെയ്തുകൊണ്ടിരിക്കേ മാസ്റ്റർ ചോദിച്ചു.

"നമ്മൾ ഗുഹയിലേക്കു പോകുമ്പോഴും, വരുമ്പോഴും ആരെങ്കിലും നമ്മളെ പിൻതുടരുന്നത് നിങ്ങൾ ശ്രദ്ധിച്ചിരുന്നോ?''

''ഇല്ല..''

കുട്ടികൾ ഒരുമിച്ചു പറഞ്ഞു.

''ഉണ്ടായിരുന്നു.''

''ആരാണ് സാർ?''

ദീപു പകുതി പേടിയോടെ ചോദിച്ചു.

"തുമ്പികൾ.. അവ ചെറിയ കൂട്ടമായി ഒരു മേഘപടലംപോലെ നമ്മളെ പിൻതുടരുന്നത് ഞാൻ കണ്ടിരുന്നു. ഇപ്പോൾ നമ്മുടെ കാറിന്നു പിന്നിലും അവയെ കാണാം.''

കുട്ടികൾ തിരിഞ്ഞു നോക്കി.

"ഒന്നും കാണുന്നില്ലല്ലോ സാർ.''

''സൂക്ഷിച്ചു നോക്കൂ. വളരെ ഉയരത്തിലാണവ പറക്കുന്നത്. സൂക്ഷിച്ചു നോക്കിയാലേ കാണാൻ പറ്റൂ.''

ശരിയാണല്ലോ. എന്തോ ചെറിയൊരു ചാരനിറത്തിലുള്ള കല പോലൊന്ന് ആകാശത്തൂകൂടെ നീങ്ങുന്നത് ദീപു കണ്ടുപിടിച്ചു.

''തുമ്പികളെന്തിനാണ് നമ്മളെ പിന്തുടരുന്നത് സാർ?''

''നമ്മൾ അവരുടെ പിന്നാലെയാണെന്ന് അവർ മനസ്സിലാക്കിയിട്ടു ണ്ടാവും. എന്റെ വീട്ടിന്റെ പരിസരത്ത് അവ കഴിഞ്ഞ ദിവസങ്ങളിലൊക്കെ യുണ്ടായിരുന്നു. നിങ്ങളുടെ വീട്ടിന്നടുത്തും ചിലപ്പോൾ ഉണ്ടായിക്കൂടെ ന്നില്ല.''

''ആണോ?''

അമ്മുവിന്റെ ചോദ്യത്തിൽ പേടിയുണ്ടായിരുന്നു. അപ്പോഴേക്കും അവർ ഏയ്യാറ്റിൽ പൊയിലിലെത്തിയിരുന്നു. മുമ്പത്തേതുപോലെ ദൂരെ പാർക്ക് ചെയ്യാതെ മുമ്പ് തുമ്പികളെ കണ്ട ചതുപ്പിനടുത്തുവരെ ഇത്തവണ കാർ കൊണ്ടുപോയി. അവർ ചെല്ലുമ്പോൾ എല്ലാം പഴയതുപോലെത്തന്നെ യായിരുന്നു. ചുട്ടുപഴുത്ത മണൽപ്പരപ്പും, കുളിർമ്മയുള്ള ചതുപ്പും കടൽത്തീരത്തുനിന്നുമെന്നതുപോലെ സദാസമയം വീശുന്ന കാറ്റു മൊക്കെയായി ഒരു കടൽത്തീരത്തിന്റെ അന്തരീക്ഷം. തിരമാലകളുടെ ആർത്തലയ്ക്കുന്ന നിലവിളിയില്ലെന്നു മാത്രം.

''നമുക്ക് തുമ്പികൾ അവിടെയുണ്ടോയെന്ന് നോക്കാം.''

ദീപു തിരക്കുകൂട്ടി. അവൻ പഴയ മരത്തടിയിലൂടെ ചതുപ്പിലേക്ക് നടന്നുകഴിഞ്ഞിരുന്നു.

''ദീപൂ.. ഇവിടെ വരൂ.. പോകരുത്.''

മാസ്റ്റർ ശാസിച്ചു.

''നമുക്ക് ഈ മണൽപ്പരപ്പിന്റെയും, ചതുപ്പിന്റെയുമൊക്കെ ഫോട്ടോ യെടുക്കണം. മണലിൽ മുമ്പുകണ്ടതുപോലെ കക്കകളുടെ അവശിഷ്ട മുണ്ടോയെന്നു നോക്കൂ. അവയുടെയും ഫോട്ടോ വേണം. ഇതു മുമ്പൊരു

കടൽത്തീരമായിരുന്നുവെന്നു തെളിയിക്കുന്നതിനുള്ള തെളിവുകൾ വേണം.''

അമ്മുക്കുട്ടിയും, ദീപുവും മണലിൽ കക്കകൾ തിരഞ്ഞു. ഇത്തവണയും ദീപുവിനാണ് കക്കകൾ കിട്ടിയത്. മണലിലേക്ക് കൈകൊണ്ട് കുഴിച്ചുനോക്കിയപ്പോൾ ധാരാളം കക്കത്തോടുകൾ അവർക്കു കിട്ടി. മാസ്റ്റർ അവയുടെയൊക്കെ ഫോട്ടോയെടുത്തു.

''കൊള്ളാം. ഇനി നമുക്ക് ആ പുഴയൊഴുകിയതുപോലുള്ള ഭാഗത്തിന്റെയും ഈ ചതുപ്പിന്റെയും ഫോട്ടോകളെടുക്കണം.''

പൊടുന്നനെയാണ് മാസ്റ്ററുടെ ക്യാമറയുടെ ലെൻസിലേക്ക് ഒരു തുമ്പി പറന്നുവന്നിരുന്നത്. മുമ്പുകണ്ട വലിയ തുമ്പിയായിരുന്നു അത്. പിന്നാലെ ചതുപ്പിനുള്ളിൽ നിന്നും ധാരാളം തുമ്പികൾ പറന്നെത്താൻ തുടങ്ങി. അവ ക്യാമറയിൽ പൊതിഞ്ഞു നിന്നു.

''ഞങ്ങൾ നിങ്ങളെ ഉപദ്രവിക്കാൻ വന്നതല്ലെന്നറിയില്ലേ? നിങ്ങളെ സഹായിക്കാൻ കൂടിയാണ് ഞങ്ങൾ വന്നത്. നിങ്ങളുടെ കൽവിഗ്രഹം കണ്ടെത്താൻ ഞങ്ങൾ നിങ്ങളെ സഹായിക്കാം.''

മാസ്റ്റർ പറഞ്ഞപ്പോൾ അദ്ഭുതകരമാം വിധം തുമ്പികൾ പിൻവാങ്ങി. അവ വായുവിൽ പുതിയൊരു മേഘപടലം തീർത്ത് നിന്നു. ദീപുവും അമ്മുവും അദ്ഭുതത്തോടെ നോക്കിനിന്നു.

''ഞങ്ങൾക്ക് നിങ്ങളുടെ പുസ്തകം ഒന്നുകൂടെ വേണം. അത് പരിശോധിച്ചാലേ നിങ്ങൾ അന്വേഷിക്കുന്ന കൽവിഗ്രഹം കണ്ടെത്താൻ സാധിക്കുകയുള്ളൂ.''

കേൾക്കേണ്ട താമസം തുമ്പികൾ ചതുപ്പിനുള്ളിലേക്ക് പിൻവാങ്ങി. മാസ്റ്റർ വീണ്ടും ഫോട്ടോകളെടുക്കാൻ തുടങ്ങി. ഏതാനും സമയത്തിനുള്ളിൽ ചതുപ്പിനുള്ളിൽ നിന്നും ഒരു മുരൾച്ച കേൾക്കാൻ കഴിഞ്ഞു. അമ്മുക്കുട്ടിയും ദീപുവും പ്രകാശൻസാറും അങ്ങോട്ടു നോക്കവേ കണ്ടത് അദ്ഭുതകരമായ കാഴ്ചയായിരുന്നു. തുമ്പികൾ പാപ്പിറസ് ചുരുളുകൾ കൊണ്ടുതീർത്ത പുസ്തകവുമായി പറന്നുവരുന്നു. അനേകം തുമ്പികൾ ചേർന്നാണത് പൊക്കിയെടുത്ത് പറക്കുന്നത്. തുമ്പികൾ പുസ്തകം മാസ്റ്ററുടെ മുന്നിലായി മണലിൽ വച്ചു. അതിനുശേഷം അവ മാറിനിന്നു.

''വർഷ ആ ചുരുളുകൾ നിവർത്തിപ്പിടിക്കൂ. അവയുടെയൊക്കെ ഫോട്ടോകളെടുക്കട്ടെ.''

സാർ പറഞ്ഞതനുസരിച്ച് അമ്മുക്കുട്ടി പാപ്പിറസ് ഇലയുടെ ചുരുളുകൾ നിവർത്തിപ്പിടിച്ചു. പലയിടത്തും പൊടിഞ്ഞുപോയിരുന്നു അത്. പ്രകാശൻ മാസ്റ്റർ ഫോട്ടോകളെടുക്കുന്ന സമയത്ത് അമ്മു ആ വിടർത്തിയ ചുരുളുകളിലെ പലതരം ചിഹ്നങ്ങളും ചിത്രങ്ങളും കൊണ്ട് എഴുതിയ അക്ഷരങ്ങൾ ശ്രദ്ധിച്ചു. എന്തു മനോഹരമാണ് ആ അക്ഷരങ്ങൾ! അവൾ കരുതി.

''സാർ ആ ഗുഹയുടെ ചിത്രം...!!''

അമ്മു വിളിച്ചു പറഞ്ഞു. അവർ നേരത്തെ സന്ദർശിച്ചതുപോലുള്ളൊരു ഗുഹയുടെ ചിത്രം ആ ചുരുളുകളിലുണ്ടായിരുന്നു. ഗുഹയുടെ ഉള്ളിൽ കണ്ടതുപോലുള്ള ചില ചിത്രങ്ങളും ഉണ്ടായിരുന്നു. പ്രകാശൻ സാർ അതിന്റെയൊക്കെ ഫോട്ടോകളെടുത്തു.

''നിങ്ങളെന്താണ് അന്വേഷിക്കുന്നത്? ആ കൽവിഗ്രഹമാണോ? അത് ഇവിടെയെവിടെയെങ്കിലുമുണ്ടോയെന്ന് എങ്ങനെയറിയാം?''

പ്രകാശൻ സാർ തുമ്പികളോടായി ചോദിച്ചു. അവ വായുവിൽ വൃത്തംവരച്ചുകൊണ്ട് പറന്നു. അവർക്ക് സംസാരിക്കുവാൻ സാധിക്കുമായിരുന്നില്ലല്ലോ. തുമ്പികളുടെ നിസ്സഹായാവസ്ഥ കണ്ടപ്പോൾ കുട്ടികൾക്ക് സങ്കടം തോന്നി. തുമ്പികൾ കുട്ടികളുടെ കൈകളിലും വസ്ത്രങ്ങളിലുമൊക്കെ പറന്നുവന്നിരുന്നു. അവരുടെ സ്നേഹപ്രകടനമായിരുന്നു അത്. അവർ അവരുടെ കൂട്ടുകാരായി മാറിക്കഴിഞ്ഞിരിക്കുന്നു. ശത്രുതയോടെയല്ല അവർ ഇപ്പോൾ പെരുമാറുന്നത്. കുട്ടികളും, സാറും അവരെ സഹായിക്കുമെന്ന് അവർക്ക് മനസ്സിലായിരിക്കുന്നു.

''ഞങ്ങൾക്ക് നിങ്ങളുടെ ഭാഷയറിയില്ല. പുസ്തകത്തിലെ എഴുത്തും വായിക്കാനറിയില്ല.''

മാസ്റ്റർ തുമ്പികളോടായി പറഞ്ഞു. മാസ്റ്റർ പറയുന്നത് അവയ്ക്ക് മനസ്സിലാവുന്നുണ്ടെന്നു തോന്നി. അവ മാസ്റ്ററുടെ മുന്നിൽ വായുവിൽ തലങ്ങും വിലങ്ങും പറന്നു. പിന്നെ കൈകളിൽ വന്നിരുന്നു. ആ സ്നേഹപ്രകടനം മാസ്റ്ററുടെ കണ്ണുനിറയിച്ചു.

"തീർച്ചയായും ഞങ്ങളെക്കൊണ്ടാവുംവിധം ഞങ്ങൾ നിങ്ങളെ സഹായിക്കാം. ഇന്നുതന്നെ പുസ്തകത്തിലെ വിവരങ്ങളുള്ള ഫോട്ടോകൾ ഞാൻ എന്റെ സുഹൃത്തുക്കൾക്ക് ഇ മെയിൽ ചെയ്യാം. നമുക്ക് കണ്ടുപിടിക്കാം നിങ്ങളുടെ വിഗ്രഹത്തെ.''

അതുകേട്ടപ്പോൾ തുമ്പികളുടെ ആഹ്ലാദം കാണേണ്ടതായിരുന്നു. അവ വായുവിലൂടെ നൃത്തംവച്ച് പറന്നു. ഫോട്ടോകളെടുത്തുകഴിഞ്ഞപ്പോൾ അവർ കാറിലേക്കു കയറി. സമയം ഉച്ചയായിട്ടേയുള്ളൂ. ഇനി വീട്ടിലെത്തിയിട്ട് ഭക്ഷണം കഴിക്കാമെന്ന് മാസ്റ്റർ പറഞ്ഞു. വലിയൊരു ദൗത്യം നിറവേറ്റിയതിന്റെ ആശ്വാസത്തിൽ അവർ വീട്ടിലേക്കു തിരിച്ചു.

പതിനാറ്
കൽവിഗ്രഹം തേടി...

ഫോട്ടോകൾ ഇ മെയിൽ ചെയ്യുന്നതിനുമുമ്പ് ഓരോന്നും വിശദമായി പ്രകാശൻ മാസ്റ്റർ പരിശോധിച്ചിരുന്നു. അമ്മു പറഞ്ഞത് ശരിയായിരുന്നു. തെക്കേപ്പറമ്പിലെ ഗുഹ തന്നെയാണ് തുമ്പികളുടെ പാപ്പിറസ് ചുരുളു കളിലുമുള്ളത് എന്നത് വ്യക്തമാണ്. ഈ ഗുഹയെക്കുറിച്ച് അപ്പോൾ തുമ്പികൾ അന്വേഷിച്ച് കണ്ടെത്തിയിട്ടില്ലേ? അവയ്ക്കിതുവരെ എവിടെ യാണ് ഗുഹ എന്ന് അന്വേഷിക്കാൻ സാധിച്ചിട്ടുണ്ടാവില്ല എന്നു വരുമോ? അങ്ങനെയാണെങ്കിൽ രാവിലെ ഗുഹയിലേക്കു പോകുമ്പോൾ തങ്ങളെ പിൻതുടർന്നിരുന്ന തുമ്പികൾ അത് കണ്ടെത്തിയിട്ടുണ്ടാവില്ലേ?

മാസ്റ്ററുടെ മനസ്സിൽ പലപല ചോദ്യങ്ങളുയർന്നു. വേഗംതന്നെ ഗുഹ യുടെ ചിത്രം ഉൾപ്പെട്ട പാപ്പിറസ് ചുരുളിന്റെ ഫോട്ടോയും, മുമ്പ് ലഭി ക്കാതിരുന്ന എഴുത്തുകൾ ഉൾപ്പെടുന്ന ഫോട്ടോകളും ഗുഹാഭിത്തിയിൽ ആലേഖനം ചെയ്യപ്പെട്ട ചിത്രങ്ങളുടെ ഫോട്ടോകളുമൊക്കെ ആസ്ട്രേ ലിയൻ പ്രൊഫസർക്കും, അമേരിക്കൻ ശാസ്ത്രജ്ഞനും നൈജീരിയൻ പ്രൊഫസർക്കുമൊക്കെ ഇ മെയിൽ ചെയ്തുകൊടുത്തു. മറുപടിക്കായി കുറച്ചുനേരം കാത്തിരുന്നുനോക്കിയെങ്കിലും, ഒന്നും ലഭിക്കാതായപ്പോൾ മാസ്റ്റർ പഴയ ചില പുസ്തകങ്ങൾ തിരയാൻ തുടങ്ങി. ഫലകചലന സിദ്ധാന്തത്തെക്കുറിച്ചുള്ള പുസ്തകമായിരുന്നു മാസ്റ്റർ തിരഞ്ഞത്. അലമാരയുടെ അടിയിലെ തട്ടിൽനിന്നും അത് കിട്ടിയപ്പോൾ മാസ്റ്റർക്ക് സന്തോഷമായി. ആകെ പൊടിപിടിച്ചിരുന്നു പുസ്തകം. മാസ്റ്റർ ഒന്നു രണ്ടുതവണ തുമ്മി. പൊടി അലർജിയുണ്ട് മാസ്റ്റർക്ക്.

ഫലകചലനസിദ്ധാന്തമനുസരിച്ച്, ഭൂമിയിൽ ആദ്യകാലത്ത് ഒരേ യൊരു ഭൂഖണ്ഡമേയുണ്ടായിരുന്നുള്ളൂ. ഒരേയൊരു സമുദ്രവും. പാഞ്ജിയ എന്നായിരുന്നു ആ മഹാഭൂഖണ്ഡത്തിന്റെ പേര്. മഹാസമുദ്ര ത്തിന്റെ പേര് പന്തലാസ എന്നും. ഭൂമിക്കുള്ളിലുള്ള മാഗ്മാപ്രവാഹ ത്തിന്റെ സമ്മർദ്ദത്താൽ പാഞ്ജിയ എന്ന ഭൂഖണ്ഡം വിഘടിച്ച് ഏഴു ഭൂഖണ്ഡങ്ങളായി മാറിയതാണ് എന്നാണ് ഫലകചലന സിദ്ധാന്തം പറ യുന്നത്. അത്തരത്തിൽ ഭൂഖണ്ഡങ്ങൾ വിഘടിച്ചുമാറിയതിനെ വൻകര

വിസ്ഥാപനം എന്നും ഭൂമിശാസ്ത്രകാരൻമാർ വിളിക്കുന്നു. സിദ്ധാന്ത മനുസരിച്ച്, നമ്മുടെ ഇന്ത്യ ഒരുകാലത്ത് ആഫ്രിക്കൻ വൻകരയുടെ ഭാഗ മായിരുന്നുവത്രെ! ആഫ്രിക്കൻ ഫലകത്തിൽ നിന്നും, വിഘടിച്ചു മാറിയ ഇന്ത്യൻ ഫലകം യൂറോപ്പും ഏഷ്യയും ചേർന്ന യൂറേഷ്യൻ ഫലക ത്തിലേക്ക് ഇടിച്ചുകയറിയതിന്റെ ഫലമായുണ്ടായതാണത്രെ നമ്മുടെ ഹിമാലയ പർവ്വതനിര. അങ്ങനെയെങ്കിൽ ആഫ്രിക്കയിൽ നിന്നും വിഘ ടിച്ചു മാറിയ ഇന്ത്യൻ പ്രദേശങ്ങളിൽ ആഫ്രിക്കൻ സംസ്കാരത്തിന്റെ ശേഷിപ്പുകൾ ഉണ്ടായിക്കൂടെന്നില്ല. മാസ്റ്റർ ആഫ്രിക്കൻ ഫലകത്തിൽ നിന്നും ഇന്ത്യൻ ഫലകം വേർപിരിഞ്ഞുപോയതിന്റെ ചിത്രങ്ങൾ പുസ്തകത്തിൽ കൊടുത്തിരിക്കുന്നത് നോക്കി. ശരിയാണ്. ഇന്നത്തെ നമ്മുടെ കേരളമുൾപ്പെടുന്ന ഭാഗം മധ്യ കിഴക്കൻ ആഫ്രിക്കയുടെ സ്ഥാന ത്തോട് ചേർന്നായിരുന്നു കിടന്നിരുന്നത്. ഫലകങ്ങൾ തമ്മിൽ വേർപെട്ട പ്പോൾ, പരസ്പരം പിളർന്നുമാറിപ്പോയ പ്രദേശങ്ങളിൽ ഇന്ത്യൻ ഫലക ത്തിലായിപ്പോയതായിരിക്കാം ഇന്ന് തുമ്പികൾ അന്വേഷിക്കുന്ന പൗരാണിക ഗുഹ!

അങ്ങനെയെങ്കിൽ ഈ ഫലകചലന കാലഘട്ടത്തിലും ഭൂമിയിൽ മനുഷ്യവാസമുണ്ടായിരിക്കണമല്ലോ. അങ്ങനെയെങ്കിലല്ലേ മിലെസ് ഗോത്രത്തിലെ ശാപം ലഭിച്ച് തുമ്പികളായി പരിണമിച്ച മനുഷ്യർ അന്വേഷിക്കുന്ന ഗുഹ ഇന്ത്യൻ ഫലകത്തിലായി മാറുകയുള്ളൂ? ഉത്തര ങ്ങൾ ഇനിയും കിട്ടേണ്ടിയിരിക്കുന്നു. ഏതായാലും ഇ മെയിലുകൾ അയച്ചിട്ടുണ്ടല്ലോ. മറുപടി കിട്ടുന്നതുവരെ കാത്തിരിക്കുക തന്നെ. മാസ്റ്റർ തീരുമാനിച്ചു.

''സാർ ഞങ്ങളെത്തി...''

മുറ്റത്തുനിന്നും കുട്ടികളുടെ ശബ്ദം കേട്ട് മാസ്റ്റർ വരാന്തയിലേക്കു വന്നു. ഇന്ന് രാവിലെ എവിടേക്കും പോയിരുന്നില്ല. ഇന്നലത്തെ യാത്ര യുടെ ക്ഷീണം കാരണമാകും, കുട്ടികളും രാവിലെ വരാതിരുന്നത്.

''സാർ, കുറച്ചധികം വിശേഷങ്ങളുണ്ട്.''

''എന്താണ്?''

മാസ്റ്റർ ആകാംക്ഷയോടെ ചോദിച്ചു.

''നമ്മുടെ തുമ്പികൾ ഇന്നലെ ആതിരയുടെ വീട്ടിലേക്കു വന്നിരുന്നു. അവൾ നേരത്തെതന്നെ തുമ്പികളെ സ്വപ്നത്തിൽ കണ്ടിരുന്നുവത്രേ!''

''സ്വപ്നത്തിലോ?''

''അതെ. സ്വപ്നത്തിൽ. നമ്മൾ മണൽപ്പരപ്പിൽ കണ്ട തുമ്പികളുടെ ചിത്രം സ്വപ്നത്തിൽ കണ്ട് അവൾ വരച്ചിരുന്നു.''

അമ്മുക്കുട്ടി പറയുമ്പോൾ പ്രകാശൻ മാസ്റ്റർ അദ്ദേഹം കണ്ട സ്വപ്ന ത്തെക്കുറിച്ച് ഓർക്കുകയായിരുന്നു. തുമ്പികളുടെ കൊട്ടാരവും, കൊട്ടാര ത്തിൽ സ്റ്റഫ് ചെയ്തുവച്ചിരുന്ന തുമ്പികളുടെ രൂപങ്ങളുമൊക്കെയുണ്ടാ യിരുന്ന സ്വപ്നം.

''ഞാനും കണ്ടിരുന്നു സാർ തുമ്പികളെ സ്വപ്നത്തിൽ. പക്ഷേ, നമ്മൾ മണൽപ്പരപ്പിലേക്ക് പോകുന്നതിനു മുമ്പായിരുന്നു അത്.''

അമ്മുക്കുട്ടി മടിച്ചു മടിച്ചു പറഞ്ഞു. അതുകേട്ടപ്പോൾ ദീപു അവളെ കളിയാക്കിക്കൊണ്ടു നോക്കി.

''ഇവൾ സ്വപ്നത്തിൽ ഓരോന്നു കണ്ട് നിലവിളിക്കാറുണ്ട് സാർ.''

ദീപു പറഞ്ഞപ്പോൾ സ്വപ്നത്തിന്റെ കാര്യം പറയേണ്ടിയിരുന്നില്ലെന്ന് അമ്മുക്കുട്ടിക്കു തോന്നി.

''കളിയാക്കേണ്ട ദീപു. ചിലപ്പോൾ സ്വപ്നങ്ങൾ നമുക്ക് വഴികാട്ടിയായി മാറാറുണ്ട്. നമ്മൾ ഈ വിഷയവുമായി മാനസികമായി അത്രയധികം ബന്ധപ്പെട്ടുകിടക്കുന്നുവെന്നാണ് ഈ സ്വപ്നങ്ങൾ കാണിക്കുന്നത്.''

മാസ്റ്റർ പറഞ്ഞപ്പോൾ ദീപു മിണ്ടാതെ നിന്നു.

''സാർ, നമ്മൾ മണൽപ്പരപ്പിലേക്കു പോകുന്നതിനു മുമ്പുതന്നെ ഞാൻ അതുപോലൊരു സ്ഥലം സ്വപ്നത്തിൽ കണ്ടിരുന്നു. സ്വപ്നത്തിൽ കടലും, പുഴയും ഒന്നിച്ചു ചേരുന്ന സ്ഥലമായാണ് ഞാൻ കണ്ടത്.''

അമ്മുക്കുട്ടി പറഞ്ഞപ്പോൾ മാസ്റ്റർ കൗതുകത്തോടെ കേട്ടു.

''ഇവൾ വെറുതെ ബഡായിയടിക്കുകയാണ് സാർ. അങ്ങനെയൊന്ന് സ്വപ്നത്തിൽ കണ്ടിരുന്നുവെങ്കിൽ ഇവൾ നേരത്തെയത് നമ്മളോട് പറയേണ്ടതല്ലേ?''

''നീ കളിയാക്കുമെന്ന് പേടിച്ചാണ് ഞാനൊന്നും പറയാതിരുന്നത്.''

അവൾ ദീപുവിനെ ദേഷ്യത്തോടെ നോക്കി.

''ശരി.. ശരി.. ആരും വഴക്കുകൂടണ്ട. നമ്മൾ ചെയ്യാൻ പോകുന്ന കാര്യങ്ങളും കാണാൻ പോകുന്ന കാര്യങ്ങളും ചിലപ്പോൾ നമ്മുടെ സ്വപ്നത്തിലേക്കു വരും. നമ്മെ അങ്ങോട്ടേക്കു നയിക്കുവാനുള്ള മാർഗ്ഗങ്ങളാണവ. ആട്ടെ, തുമ്പികൾ ആതിരയുടെ വീട്ടിൽ വന്നിരുന്നുവെന്ന് പറഞ്ഞിട്ട്? അതും സ്വപ്നത്തിലായിരുന്നോ?''

''അല്ല. ശരിക്കും ഇന്നലെ തുമ്പികൾ ആതിരയുടെ വീട്ടുമുറ്റത്തേക്ക് ചെന്നിരുന്നു. അവൾ ആ സമയത്ത് തുമ്പികളുടെ ചിത്രം വരച്ചുകൊണ്ടിരിക്കുകയായിരുന്നു. അവളുടെ വീട്ടുമുറ്റത്തെ ചെടിയിലൊക്കെ അവൾ തുമ്പികളെ കടലാസിൽ വരച്ച് ഒട്ടിച്ചുവച്ചിരുന്നു.''

''ആഹ! അത് അദ്ഭുതമായിരിക്കുന്നല്ലോ?''

''അതിലും വലിയ അദ്ഭുതം തുമ്പികൾ അവൾക്ക് നമ്മൾ ചതുപ്പിൽ കണ്ട പാപ്പിറസ് ഇലച്ചുരുളുകളിലൊന്ന് ആതിരയ്ക്ക് കൊണ്ടുക്കൊടുത്തു എന്നതാണ്. ആ ഗുഹയുടെ ചിത്രമുള്ള ഇലയായിരുന്നു അത്.''

അതുകേട്ടപ്പോൾ മാസ്റ്റർ അദ്ഭുതത്തോടെ നോക്കി.

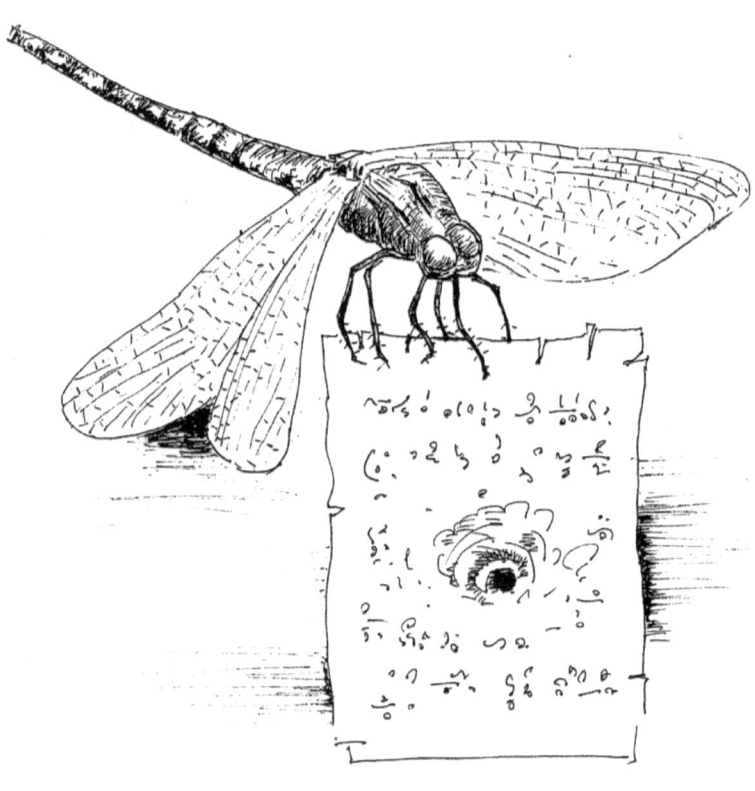

''ശരിയാണോ?''

''അതെ. അവളോട് ആ ഗുഹയുടെ ചിത്രം കടലാസിൽ വരക്കാൻ പറയുന്നതുപോലെയാണ് ആ പാപ്പിറസ് ഇല ആതിരയുടെ മുന്നിൽ കൊണ്ടുവച്ചത്. അവൾ അതുനോക്കി വരയ്ക്കുകയും ചെയ്തു. ഞങ്ങൾ ചെല്ലുമ്പോൾ അവൾ ആ ഗുഹയുടെ ചിത്രം വരച്ചുകൊണ്ടിരിക്കുക യായിരുന്നു. അപ്പോഴേക്കും തുമ്പികൾ പോയിക്കഴിഞ്ഞിരുന്നു.''

അമ്മുവിന്റെ വിവരണം കേട്ട് മാസ്റ്റർ കസേരയിൽ തലചായ്ച്ച് കിടന്ന് എന്തോ ആലോചിച്ചു.

''അപ്പോൾ ആ ഗുഹ വളരെ പ്രധാനപ്പെട്ടതാണ്. അതിലും എന്തോ രഹസ്യമുണ്ട്. അതുകൊണ്ടാണ് തുമ്പികൾ ആ ചിത്രം വരയ്ക്കാൻ ആതിരയോട് ആവശ്യപ്പെട്ടിട്ടുണ്ടാവുക. നമുക്ക് ഒന്നുകൂടെ ആ ഗുഹ യിലേക്ക് പോകണം.''

മാസ്റ്റർ പറഞ്ഞപ്പോൾ കുട്ടികൾ ആവേശംകൊണ്ടു.

''എപ്പോഴാണ് സാർ? ഇന്നുതന്നെ പോയാലോ?''

''ഇന്നുവേണ്ട. നാളെയാവട്ടെ. ഇന്നിപ്പോൾ വൈകുന്നേരമായില്ലേ?''

ദീപുവിന്റെ മുഖം മങ്ങി. അവന് ഇപ്പോൾത്തന്നെ ഗുഹയിലേക്ക് പോകണമെന്നുണ്ടായിരുന്നു.

''ഇ മെയിലുകൾക്ക് മറുപടി കിട്ടിയോ സാർ?''

''ഇല്ല. ഇതേവരെ ഒന്നും വന്നില്ലെന്നാണ് തോന്നുന്നത്. നമുക്ക് ഒന്നു നോക്കാം. വരൂ.''

മാസ്റ്റർ അവരെ അദ്ദേഹത്തിന്റെ പഠനമുറിയിലേക്ക് ക്ഷണിച്ചു. കമ്പ്യൂട്ടർ ഓൺ ചെയ്തു.

ഇ മെയിൽ തുറന്നു. രണ്ട് മെയിലുകൾ വന്നുകിടപ്പുണ്ടായിരുന്നു. ഒന്ന് അമേരിക്കൻ ഭാഷാശാസ്ത്രജ്ഞന്റേതും, മറ്റൊന്ന് നൈജീരിയൻ പ്രൊഫസറുടേതും. നൈജീരിയൻ പ്രൊഫസറുടെ മെയിലിൽ കാര്യമായ വിവരങ്ങളെന്തെങ്കിലുമുണ്ടാകുമെന്ന് മാസ്റ്റർക്കു തോന്നി.

ശരിയായിരുന്നു. നൈജീരിയൻ പ്രൊഫസർ, ആ ലിപികളുടെ ഇംഗ്ലീഷ് തർജ്ജമ കൂടെ അയച്ചുതന്നിട്ടുണ്ട്. മാസ്റ്റർ അത് ശ്രദ്ധയോടെ വായിച്ചു. ഒപ്പം, മിലെസ് ഗോത്രവർഗ്ഗക്കാർ തുമ്പികളായി പരിണമിച്ച ഹൈറോഗ്ലിഫിക്സ് ലിപികളിൽ പരാമർശിച്ചിട്ടുള്ള കഥയും വിശദമായി കൊടുത്തിരിക്കുന്നു. ഈജീപ്ഷ്യൻ സംസ്കാരകാലഘട്ടത്തിനും മുമ്പെ പ്പഴോ ആയിരുന്നു ആ മിലെസ് ഗോത്രവർഗ്ഗക്കാരായ മനുഷ്യരുടെ കാലം. ഹോമോ സാപിയൻസ് മനുഷ്യവർഗ്ഗം രൂപപ്പെടുന്നതിനും മുമ്പുള്ള കാലം എന്നാണ് നൈജീരിയൻ പുരാവസ്തു ഗവേഷകർ പറയുന്നത്. പൂർണ്ണ മായും മനുഷ്യരുടെ രൂപത്തിലേക്ക് പരിണമിച്ചിട്ടില്ലായിരുന്ന മനുഷ്യ ക്കുരങ്ങുകളായിരുന്നുവത്രെ മിലെസ് ഗോത്രം. ആ കാലഘട്ടത്തിൽ

സൂര്യദേവനാൽ ശപിക്കപ്പെട്ട് തുമ്പികളായി പരിണമിച്ച അവർ അന്നു മുതൽ ആ കൽവിഗ്രഹം അന്വേഷിച്ചു നടക്കുകയാണത്രെ. ഒട്ടും ഭാരമില്ലാതെ നിർമ്മിച്ച സൂര്യപ്രതിമയായിരുന്നുവത്രെ അത്. ഒരു തുമ്പിക്കു പോലും എടുത്തുയർത്താനാവുംവിധം ഭാരം കുറഞ്ഞത്. എന്നാൽ രണ്ടടിയോളം ഉയരമുള്ളതും, നല്ല ഉറപ്പുള്ളതും. ആഫ്രിക്കയിൽ മാത്രം ലഭ്യമായ പ്രത്യേകതരം ശിലകൊണ്ടാണത്രെ അത് നിർമ്മിച്ചത്. ഇപ്പോൾ ആ ശിലകളും നിലവിലില്ല.

കുട്ടികൾ കമ്പ്യൂട്ടറിലേക്ക് നോക്കിയിരിക്കുകയായിരുന്നു. മാസ്റ്ററോടൊപ്പം അവരും മെയിൽ വായിച്ചെടുക്കാൻ ശ്രമിച്ചുവെങ്കിലും പൂർണ്ണമായും സാധിച്ചില്ല. മാസ്റ്റർ കുട്ടികൾക്ക് അത് വിശദീകരിച്ചു കൊടുത്തു.

''ഞാൻ വിചാരിച്ചതുപോലെതന്നെയാണ് കാര്യങ്ങൾ. ഇതാ നോക്കൂ. ഈ പുസ്തകം കണ്ടോ? വൻകരവിസ്ഥാപനത്തെക്കുറിച്ചുള്ള പുസ്തകമാണിത്. നിങ്ങൾ ഇത് പഠിക്കുന്നുണ്ടാവുമല്ലോ?''

''അതെ സാർ, പാൻജിയയും, പന്തലാസയുമൊക്കെയല്ലേ?''

''അതെ. അതുതന്നെ. നമ്മുടെ ഇന്ത്യൻ ഉപഭൂഖണ്ഡവും പണ്ട് ആഫ്രിക്കയുടെ ഭാഗമായിരുന്നുവെന്നാണ് ഭൂമിശാസ്ത്രജ്ഞൻമാർ പറയുന്നത്. ലക്ഷക്കണക്കിന് വർഷങ്ങൾക്ക് മുമ്പ് വൻകരകൾ വിസ്ഥാപിക്കപ്പെടുന്ന അവസരത്തിൽ ആഫ്രിക്കയിൽ നിന്നും അടർന്നു മാറിയൊഴുകി, യുറേഷ്യൻ ഭൂഖണ്ഡത്തിൽ ഇടിച്ചുകയറിയതാണ് നമ്മുടെ ഇന്ത്യൻ ഉപഭൂഖണ്ഡം. അന്ന് ആഫ്രിക്കയിൽ നിന്നും അടർന്നുമാറിയപ്പോൾ ഇന്ത്യൻ ഉപഭൂഖണ്ഡത്തിൽപ്പെട്ടുപോയ ഭാഗത്തായിരിക്കും ചിലപ്പോൾ മിലെസ് ഗോത്രക്കാർ അന്വേഷിച്ചു നടന്ന കൽവിഗ്രഹം ഉണ്ടായിരുന്നിരിക്കുക. അതു തേടിയായിരിക്കണം തുമ്പികൾ ഇവിടെ വന്നത്.''

''അപ്പോൾ ലക്ഷക്കണക്കിന് വർഷങ്ങൾക്കു മുമ്പുള്ള തുമ്പികളാണോ ഇപ്പോൾ വന്നത്?''

ദീപുവിന്റെ സംശയം തന്നെയായിരുന്നു അമ്മുക്കുട്ടിക്കും.

''അല്ല. ആ തുമ്പികളുടെ സന്തതിപരമ്പരകളൊക്കെത്തന്നെ അനേകം തലമുറകളിലായി ആ വിഗ്രഹം അന്വേഷിച്ചു നടക്കുകയാണത്രെ! ആഫ്രിക്കൻ നാടോടിക്കഥകളിലൊക്കെത്തന്നെ ഈ തുമ്പികളുടെ വിഗ്രഹാന്വേഷണത്തെക്കുറിച്ചുള്ള കഥകളുണ്ടെന്നാണ് നൈജീരിയൻ പ്രൊഫസർ പറയുന്നത്. അദ്ദേഹം ഈ വിഷയത്തിൽ ഏറെ ഗവേഷണം നടത്തിയിട്ടുള്ള വ്യക്തിയാണ്.''

''അപ്പോൾ നമ്മുടെ വലിയങ്കര ഗ്രാമം പണ്ട് ആഫ്രിക്കയുടെ ഭാഗമാണെന്നാണോ പറയുന്നത്?''

''അതെ. ആയിരുന്നു. നമ്മുടെ വലിയങ്കര മാത്രമല്ല ഇന്ത്യൻ ഉപഭൂഖണ്ഡം ഒന്നാകെ ആഫ്രിക്കൻ വൻകരയുടെ ഭാഗമായിരുന്നു.''

അമ്മുവിന് കാര്യങ്ങൾ രസകരമായിത്തോന്നി.

"ആ മിലെസ് ഗോത്രത്തിലെ തുമ്പികളാണ് ഇപ്പോൾ നമ്മുടെ കൂട്ടുകാരായിരിക്കുന്നത് അല്ലേ സാർ?"

"അതെ. അങ്ങനെ വേണം നാം മനസ്സിലാക്കാൻ."

"എങ്കിൽ തീർച്ചയായും ആ കൽവിഗ്രഹം നമുക്ക് കണ്ടുപിടിച്ചു കൊടുക്കണം."

"അതിന് കൽവിഗ്രഹമെവിടെ?"

"അതാണ് നമുക്ക് കണ്ടുപിടിക്കേണ്ടത്."

"ആ ഗുഹയിലെങ്ങാനുമുണ്ടാകുമോ?"

"എനിക്കും അതുതന്നെയാണ് സംശയം. നമുക്ക് അതൊന്ന് നല്ല വണ്ണം പരിശോധിച്ചാലോ?"

"തീർച്ചയായും. ഞാൻ പുരാവസ്തുവകുപ്പിലെ എന്റെ ചില സുഹൃത്തുക്കളെക്കൂടെ വിളിക്കാം. ഗുഹയ്ക്ക് കേടുപറ്റാത്ത രീതിയിൽ പരിശോധിക്കാൻ അവർ നമ്മളെ സഹായിക്കും. നാളെത്തന്നെ നമുക്ക് പരിശോധന നടത്താം. നിങ്ങൾ രാവിലെത്തന്നെ വരില്ലേ?"

"തീർച്ചയായും സാർ."

കുട്ടികൾ മാസ്റ്ററോട് യാത്രപറഞ്ഞു പിരിഞ്ഞു.

പതിനേഴ്

ഗുഹയ്ക്കുള്ളിലെ ഉൽഖനനം

പ്രകാശൻ മാസ്റ്റർ പുരാവസ്തു വകുപ്പിൽ ജോലിചെയ്യുന്ന അദ്ദേഹത്തിന്റെ ഒന്നുരണ്ടു സുഹൃത്തുക്കളുമായി ബന്ധപ്പെട്ടുനോക്കി. പക്ഷേ, അവരൊക്കെ ജോലിത്തിരക്കിലായിരുന്നു. പകരം, പുരാവസ്തുശാസ്ത്രം പഠിക്കുന്നൊരു വിദ്യാർത്ഥിയെ മാസ്റ്റർക്ക് ബന്ധപ്പെടാൻ സാധിച്ചു. അനീഷ് എന്നായിരുന്നു ആ വിദ്യാർത്ഥിയുടെ പേര്. അയാൾ അടുത്ത ദിവസം രാവിലെ മാസ്റ്ററുടെ വീട്ടിലേക്കു വരാമെന്നു സമ്മതിച്ചു.

രാത്രി വീണ്ടും ഇ മെയിൽ തുറന്നുനോക്കിയപ്പോൾ ആസ്ട്രേലിയൻ പ്രൊഫസറുടെ മെയിൽ വന്നുകിടക്കുന്നുണ്ടായിരുന്നു. ആകാംക്ഷയോടെ മാസ്റ്റർ അത് തുറന്നുനോക്കി.

“താങ്കൾ അയച്ചുതന്ന ഫോട്ടോകൾ പരിശോധിച്ചു. പുതുതായി കിട്ടിയ ലിപികളും. അദ്ഭുതകരമായൊരു കാര്യമാണ് ആ എഴുത്തുകൾ സൂചിപ്പിക്കുന്നത്. നിങ്ങൾ പറഞ്ഞ പ്രകാരം തുമ്പികളാണല്ലോ ഈ പാപ്പിറസ് ചുരുളുകൾ നിങ്ങളിലേക്കെത്തിച്ചു തന്നത്. ആ ചിത്രത്തിൽ കാണുന്ന ഗുഹയിലാണ് തുമ്പികൾ അന്വേഷിക്കുന്ന, അവരുടെ ശാപമോക്ഷത്തിനായുള്ള കൽവിഗ്രഹം മറഞ്ഞുകിടക്കുന്നത് എന്നാണ് അനുമാനം. അവർക്കും ഉറപ്പൊന്നുമില്ല. അങ്ങനെ അവർ വിശ്വസിക്കുന്നുവെന്നു മാത്രം. ഫലകചലനത്തിന്റെ ഫലമായി വൻകരകളുടെ വിസ്ഥാപനം നടന്നപ്പോൾ, ആഫ്രിക്കയിൽ നിന്നും വേറിട്ടുപോന്ന നിങ്ങളുടെ ഇന്ത്യൻ പ്രദേശത്താണ് ആ ഗുഹയുടെ സ്ഥാനം. മിക്കവാറും നിങ്ങളുടെ പ്രദേശത്തുതന്നെയായിരിക്കുമത്. ഒരു കാര്യം ചെയ്യുക. നിങ്ങളുടെ പ്രദേശത്ത് എവിടെയെങ്കിലും, പുരാതനമായൊരു ഗുഹയുണ്ടോയെന്ന് പരിശോധിക്കുക. അങ്ങനെയൊന്ന് കണ്ടെത്താൻ നിങ്ങൾക്ക് സാധിക്കുകയാണെങ്കിൽ തീർച്ചയായും നിങ്ങൾക്ക് പ്രതീക്ഷിക്കാം. തുമ്പികളുടെ ലക്ഷ്യം അവിടെത്തന്നെയായിരിക്കുമെന്ന്. അങ്ങനെയെങ്കിൽ നിങ്ങൾ സഹായിക്കുന്നത് ശാപം ലഭിച്ചതിന്റെ ഫലമായി തുമ്പികളായി ജീവിക്കാൻ വിധിക്കപ്പെട്ട മനുഷ്യവർഗ്ഗത്തെ അതിൽ നിന്നും മോചിപ്പിക്കുവാനായിരിക്കും. നമുക്ക് വിശ്വസിക്കാൻ പ്രയാസമായ, വെറും കഥകൾ മാത്രമായി

തോന്നുന്ന പല വിസ്മയങ്ങളും ആഫ്രിക്കൻ ഗോത്രവർഗ്ഗങ്ങളുമായി ബന്ധപ്പെട്ടുണ്ട്. അതുകൊണ്ട് ഇതൊരു വെറും കഥ മാത്രമായി തള്ളിക്കളയേണ്ടതില്ല. നിങ്ങൾ ശ്രമിക്കൂ. എല്ലാവിധ ആശംസകളും പിന്തുണയും നേരുന്നു.''

ആസ്ട്രേലിയൻ പ്രൊഫസറുടെ ഇ മെയിൽ സന്ദേശം ഇങ്ങനെ അവസാനിക്കുന്നു. മാസ്റ്റർ കമ്പ്യൂട്ടർ ഓഫ് ചെയ്ത്, കുളികഴിഞ്ഞ് ഉറങ്ങുവാൻ കിടന്നു. അദ്ദേഹത്തിന് ഉറങ്ങുവാൻ സാധിച്ചില്ല. വിചാരിച്ചതുപോലെ എല്ലാ കാര്യങ്ങളും നടക്കുകയാണെങ്കിൽ നാളെ തുമ്പികളുടെ കാത്തിരിപ്പിന് അവസാനമാകും. ലക്ഷക്കണക്കിന് വർഷങ്ങളായി, തലമുറ തലമുറകളായി തുമ്പികൾ അന്വേഷിച്ചു നടക്കുന്ന കൽവിഗ്രഹത്തിന്റെ കണ്ടെത്തൽ. അത് കണ്ടെത്തിക്കഴിഞ്ഞാൽ ആ തുമ്പികളൊക്കെ മനുഷ്യരായി പരിണമിക്കും. വലിയൊരു വിസ്മയമായിരിക്കും അത്. ഏറ്റവും വലിയൊരു ചരിത്രമുഹൂർത്തത്തിന് സാക്ഷ്യം വഹിക്കുകയാണ് നാളെ. ഈയൊരു കാര്യത്തിൽ ഭാഗമാവാൻ കഴിഞ്ഞത് പുണ്യമാണ്. മാസ്റ്റർ ചിന്തിച്ചു.

പുറത്ത് തുമ്പികൾ കാത്തുനിൽക്കുന്നുണ്ടാവുമോ? ചിലപ്പോൾ നിലാവത്ത് മുറ്റത്തെ മാവിലും ചെടികളിലും അവ കാത്തിരിക്കുന്നുണ്ടാകാം. നാളെ ഗുഹതേടിപ്പോകുന്നു എന്ന കാര്യം തുമ്പികൾ അറിഞ്ഞിട്ടുണ്ടാകുമോ? ചിലപ്പോൾ അറിഞ്ഞിട്ടുണ്ടാകും. അവയുമായി ബന്ധപ്പെട്ടതിൽപ്പിന്നെ തങ്ങൾ അവയുടെ നിരീക്ഷണത്തിലാണല്ലോ. വാതിൽ തുറന്ന് പുറത്തേക്കിറങ്ങിയാലോ എന്ന് ഒരുവേള ആലോചിച്ചെങ്കിലും, മാസ്റ്റർ അത് വേണ്ടെന്നുവച്ചു.

പിറ്റേന്ന് അതിരാവിലെത്തന്നെ എഴുന്നേറ്റ് കുളിച്ചു. കൃഷിയുടെ കൂടെ അധികസമയം ചെലവഴിച്ചില്ല. പ്രധാനപ്പെട്ട ദിവസമാണിന്ന്. രാവിലെ ഏഴുമണിക്കുതന്നെ പറഞ്ഞതുപോലെ പുരാവസ്തുശാസ്ത്ര വിദ്യാർത്ഥി അനീഷ് വീട്ടിലെത്തി.

''അനീഷ് വരൂ.. ഞാൻ കാത്തിരിക്കുകയായിരുന്നു.''

''എന്താണ് സാർ? ഇത്ര കാര്യമായി? എന്തെങ്കിലും പുതിയ കണ്ടെത്തലുകൾ?''

''അതെ അനീഷ്. വളരെ പ്രധാനമായ ചില കണ്ടെത്തലുകൾ. പക്ഷേ, അത് എന്റെ കണ്ടെത്തലാണെന്ന് പറയാൻ കഴിയില്ല. നമ്മുടെ വെള്ളിയോട് സ്കൂളിലെ കുട്ടികളാണ് ആ കണ്ടെത്തലിനു പിന്നിൽ. ഞാൻ വെറുമൊരു വഴികാട്ടി മാത്രം. വർഷ എന്ന കുട്ടിയുടെ പ്രാദേശിക ചരിത്രരചനയ്ക്കുവേണ്ടിയുള്ള ശ്രമത്തിന്റെ ഭാഗമായാണ് അത് ഞങ്ങൾക്ക് കാണാൻ കഴിഞ്ഞത്.''

മാസ്റ്റർ വളരെ സന്തോഷത്തിലായിരുന്നു. അതുകൊണ്ടുതന്നെ അദ്ദേഹത്തിന്റെ വാക്കുകളിൽ ചെറിയൊരു വിറയലുണ്ടായിരുന്നു.

''എന്താണു സാർ? എന്തിനെക്കുറിച്ചാണ് കണ്ടെത്തൽ?''

''തുമ്പികളെക്കുറിച്ച്. ആഫ്രിക്കൻ തുമ്പികളെക്കുറിച്ച്. അവർ അന്വേഷിച്ചുകൊണ്ടിരിക്കുന്ന കൽവിഗ്രഹത്തെക്കുറിച്ച്. അവയുടെ ശാപമോക്ഷത്തിനുതകുന്ന കൽവിഗ്രഹം ഇവിടെയൊരു ഗുഹയ്ക്കകത്താണുള്ളത്. ആ ഗുഹ ഞങ്ങൾ കണ്ടെത്തിക്കഴിഞ്ഞു. അവിടെ ചെറിയൊരു ഉദ്ഖനനം ആവശ്യമായെന്നു വരും.''

''തുമ്പികളോ?''

അമ്പരന്നു നോക്കിയ പുരാവസ്തുശാസ്ത്ര വിദ്യാർത്ഥി അനീഷിനോട് മാസ്റ്റർ തങ്ങൾ നടത്തിയ ചരിത്രാന്വേഷണത്തെക്കുറിച്ചും, തുമ്പികളെക്കുറിച്ചും, പാപ്പിറസ് ചുരുളുകളിലെ രഹസ്യങ്ങളെക്കുറിച്ചുമൊക്കെ വിശദമായി പറഞ്ഞുകൊടുത്തു. ഒരു വിസ്മയകരമായ കഥകേൾക്കുന്നതുപോലെ അനീഷ് എല്ലാം കേട്ടിരുന്നു.

''ദാ.. അവരെത്തിയല്ലോ.''

അമ്മുക്കുട്ടിയും ദീപുവും മാസ്റ്ററുടെ വീട്ടുമുറ്റത്തെത്തിക്കഴിഞ്ഞിരുന്നു.

''വർഷാ, ദീപൂ വരൂ. ഇത് അനീഷ്. പുരാവസ്തുശാസ്ത്രം പഠിക്കുന്ന വിദ്യാർത്ഥിയാണ്. എം.എ. ആർക്കിയോളജി പഠിക്കുന്നു.''

മാസ്റ്റർ കുട്ടികൾക്ക് അനീഷിനെ പരിചയപ്പെടുത്തിക്കൊടുത്തു. പിന്നെ കുട്ടികൾ പേരുപറഞ്ഞ് പരിചയപ്പെട്ടു.

''നിങ്ങളുടെ ചരിത്രാന്വേഷണത്തെക്കുറിച്ച് മാസ്റ്റർ വിശദമായി പറഞ്ഞു. നിങ്ങൾ വലിയൊരു കാര്യമാണ് ചെയ്യുന്നത്. അറിയാതെയാണെങ്കിലും നിങ്ങൾ ചെയ്തകാര്യം ചരിത്രലോകത്തിന് എക്കാലത്തേക്കും ഒരു മുതൽക്കൂട്ടായിരിക്കും.''

"എന്നാൽ നമുക്ക് പോകാം.''

ദീപു തിരക്കുകൂട്ടി.

''എന്താണിത്ര തിരക്ക്? നിങ്ങൾ ഭക്ഷണം കഴിച്ചോ?''

''അതെ സാർ. ഞങ്ങൾ കഴിച്ചിട്ടാണ് വന്നത്.''

''ഇരിക്കൂ. ഞാനിപ്പോൾ വരാം.''

മാസ്റ്റർ വസ്ത്രം മാറാനായി അകത്തേക്കു പോയി. ഗുഹയിലേക്കു പോകുമ്പോഴെടുക്കാനുള്ള കാര്യങ്ങളൊക്കെ നേരത്തെതന്നെ തയ്യാറാക്കി വച്ചിരുന്നു. ക്യാമറയും, നോട്ടുബുക്കും, ടോർച്ചും കൂടാതെ ഇത്തവണ ഒരു കൈക്കോട്ടും, പിക്കാസും കൂടെ കരുതിയിരുന്നു.

''ഇതെന്തിനാണ് സാർ കൈക്കോട്ടും പിക്കാസുമൊക്കെ?''

''അതൊക്കെ ആവശ്യം വരും. ങ്ഹാ.. നിങ്ങളോട് പറഞ്ഞില്ലല്ലോ. ഇന്നലെ ആസ്ട്രേലിയൻ പ്രൊഫസറുടെ ഇ മെയിൽ വന്നിരുന്നു. തുമ്പികൾ അന്വേഷിക്കുന്ന ആ കൽവിഗ്രഹം നമ്മുടെ ഗുഹയ്ക്കകത്താവാനാണ് സാധ്യതയെന്നാണ് അദ്ദേഹം പറഞ്ഞത്. ആ പാപ്പിറസ്

ചുരുളുകളിലെ എഴുത്തിൽ അക്കാര്യം പറയുന്നുണ്ടത്രെ. അതുകൊണ്ടാണത്രെ ഗുഹയുടെ ചിത്രം അതിൽ വരച്ചിരിക്കുന്നത്.''

ദീപുവിനും, അമ്മുക്കുട്ടിക്കും സന്തോഷമായി. തുമ്പികൾക്ക് വിഗ്രഹം കണ്ടെത്തിക്കൊടുത്താൽപ്പിന്നെ അവർക്ക് മനുഷ്യരായി മാറാമല്ലോ. മാസ്റ്റർ മുന്നിലും, അതിനു പിന്നിലായി പുരാവസ്തു വിദ്യാർത്ഥി അനീഷും പിന്നെ അമ്മുക്കുട്ടിയും, ദീപുവും വരിവരിയായി പാടവരമ്പിലൂടെ തെക്കേപ്പറമ്പിലെ ഗുഹയിലേക്കു നടന്നു.

''അനീഷ് ഇതിനുമുമ്പ് ഇവിടെ വന്നിട്ടുണ്ടോ?''

''ഇല്ല സാർ.''

''പണ്ട് പുരാവസ്തുവകുപ്പ് പരിശോധന നടത്തിയ ഗുഹയാണ് ഇത്. പക്ഷേ, അത് മഹാശിലായുഗാവശിഷ്ടങ്ങൾക്കു വേണ്ടിയായിരുന്നു. അത് ലഭിക്കാതായപ്പോൾ അവർ കൈവിട്ടു. ഇപ്പോൾ ഞങ്ങൾ പരിശോധിച്ചപ്പോൾ അതിനകത്ത് ഗുഹാചിത്രങ്ങളൊക്കെയുണ്ടെന്നു കണ്ടെത്തിയിട്ടുണ്ട്.''

അനീഷ് മാസ്റ്റർ പറയുന്നത് മൂളിക്കേട്ടു. കാടുപിടിച്ചുകിടക്കുന്ന ഇടവഴിയിലൂടെ നടക്കുമ്പോൾ അയാൾ വളരെ ശ്രദ്ധയോടുകൂടിയായിരുന്നു കാലുകൾ വെച്ചിരുന്നത്. അതുകണ്ട് അമ്മുക്കുട്ടിയും ദീപുവും അടക്കിപ്പിടിച്ച് ചിരിച്ചു.

"ഹയ്യോ അതുകണ്ടോ?''

ഗുഹയുടെ മുന്നിലെത്തിയപ്പോൾ കണ്ട കാഴ്ച അവരെ അദ്ഭുതപ്പെടുത്തി. ഗുഹാമുഖവും പരിസരവും തുമ്പികളെക്കൊണ്ട് നിറഞ്ഞിരുന്നു. മണൽപ്പരപ്പിനടുത്തെ ചതുപ്പിൽ കണ്ട മുഴുവൻ തുമ്പികളും അവിടെയുള്ളതായിത്തോന്നി.

''ആഹാ! നമ്മളേക്കാൾ മുമ്പ് ഇവരിങ്ങെത്തിയോ?''

''അവരെങ്ങനെയറിഞ്ഞു നമ്മുടെ വരവ്?''

''ഞാൻ പറഞ്ഞില്ലേ? നമ്മുടെ ഓരോ ചലനവും അവ ശ്രദ്ധാപൂർവ്വം വീക്ഷിക്കുന്നുണ്ട്. നമ്മൾ ഇങ്ങോട്ടു വരുന്ന കാര്യമൊക്കെ അവർ നേരത്തെയറിഞ്ഞിട്ടുണ്ടാവും.''

മാസ്റ്റർ പറഞ്ഞു.

''തുമ്പികളേ, മാറിനിൽക്കൂ. ഞങ്ങൾ ഗുഹയ്ക്കകത്തു കയറട്ടെ.''

പക്ഷേ, ഇത്തവണ മാസ്റ്ററുടെ അഭ്യർത്ഥന അനുസരിക്കാൻ തുമ്പികൾ തയ്യാറായിരുന്നില്ല. അവ ഗുഹാമുഖം അടഞ്ഞുനിന്നു.

''തുമ്പികളേ നിങ്ങളെ സഹായിക്കാനാണ് ഞങ്ങളിപ്പോൾ വന്നിരിക്കുന്നത്. ഒന്നു മാറിനിൽക്കൂ. ഈ ഗുഹയ്ക്കകത്ത് നിങ്ങൾ അന്വേഷിക്കുന്ന കൽവിഗ്രഹം ഉണ്ടെന്നാണ് കരുതുന്നത്. ഉണ്ടെങ്കിൽ ഞങ്ങൾ അത് വീണ്ടെടുത്തുതരാം.''

മാസ്റ്റർ വീണ്ടും പറഞ്ഞപ്പോൾ തുമ്പികളുടെ പറക്കലിന്റെ ആരവം കേൾക്കാറായി. പഴയ യന്ത്രമുരൾച്ചയുടെ ശബ്ദം. നോക്കിനിൽക്കെ ഗുഹയ്ക്കകത്തുനിന്നും ഒരിരമ്പലോടെ നിരവധി തുമ്പികൾ പുറത്തേക്കു പറന്നുവന്നു. അവ മാസ്റ്റർക്കും, കുട്ടികൾക്കുമായി വഴിമാറിക്കൊടുത്തു. മാസ്റ്റർക്കു പിന്നാലെ അനീഷും, ദീപുവും, അമ്മുക്കുട്ടിയും ഗുഹയ്ക്കകത്തേക്കു കടന്നു.

"അനീഷേട്ടാ കണ്ടോ, ഇതാണ് ഗുഹാചിത്രങ്ങൾ."

അമ്മുക്കുട്ടി അനീഷിന് ഗുഹാഭിത്തിയിലെ തുമ്പികളുടെ ചിത്രങ്ങൾ ടോർച്ചടിച്ചു കാണിച്ചുകൊടുത്തു. അനീഷ് അത് പരിശോധിച്ചു.

"എങ്ങനെയിരിക്കുന്നു?"

"അദ്ഭുതം. ഇത്രയും പ്രാചീനമായൊരു ഗുഹാചിത്രം ലോകത്തെ വിടെയും കണ്ടെത്തിയിട്ടുണ്ടാവില്ല."

അനീഷ് അദ്ഭുതത്തോടെ പറഞ്ഞു.

"എന്നാൽ അതിലും വലിയൊരദ്ഭുതമായിരിക്കും നമ്മെ കാത്തിരിക്കുന്നത്. വരൂ."

മാസ്റ്റർ വിളിച്ചു. ഗുഹയുടെ ഉള്ളിലെ അകത്തേക്കുള്ള ഭാഗത്തേക്കാണ് മാസ്റ്റർ അവരെ നയിച്ചത്. അവിടെ മണ്ണുകൊണ്ട് അടച്ചതുപോലെയുള്ള ഭാഗമായിരുന്നു.

"കണ്ടോ? ഗുഹ ഇനിയും ഉള്ളിലേക്കുണ്ട്. പക്ഷേ, ഇവിടെ അങ്ങോട്ടുള്ള മാർഗ്ഗം മണ്ണുകൊണ്ട് അടഞ്ഞുപോയിരിക്കുന്നു. നമുക്ക് ഈ പിക്കാസും കൈക്കോട്ടും കൊണ്ട് ഈ മൺവാതിൽ പൊളിക്കണം. പക്ഷേ, ശ്രദ്ധിച്ചുവേണം അതു ചെയ്യാൻ. അമൂല്യമായ പല തെളിവുകളും ചിലപ്പോൾ അതിനുള്ളിലുണ്ടായിക്കൂടെന്നില്ല. ദീപുവും വർഷയും മാറിനിന്നോളൂ."

പ്രകാശൻ സാറും, അനീഷും കൂടെ ശ്രദ്ധാപൂർവ്വം അടഞ്ഞുകിടന്നിരുന്ന മണ്ണ് മാറ്റാൻ തുടങ്ങി. പുറത്ത് തുമ്പികൾ അക്ഷമയോടെ പറക്കുന്ന ഇരമ്പം കേൾക്കാമായിരുന്നു. കുറേയധികം കുഴിച്ചുകഴിഞ്ഞപ്പോൾ മൺഭിത്തിക്ക് ഒരു ദ്വാരം വീണതായി അനീഷിന്റെ ശ്രദ്ധയിൽപ്പെട്ടു.

"സാർ, നോക്കൂ. ദാ ഇതിനപ്പുറം വീണ്ടും ഗുഹയുണ്ട്."

"അതെ അതാണ് ഞാൻ പറഞ്ഞത്. വേഗം മണ്ണുമാറ്റൂ. നമുക്ക് അകത്തേക്ക് കടക്കണം."

അനീഷും മാസ്റ്ററും ചേർന്ന് വീണ്ടും ആവേശത്തോടെ മണ്ണുമാറ്റാൻ തുടങ്ങി. അദ്ഭുതമെന്നോണം അകത്തേക്കുള്ള മാർഗ്ഗം കൂടുതൽ വിസ്താരമുള്ളതായിത്തീർന്നു.

"വരൂ. ഇത്രയും മതി നമുക്ക് ഉള്ളിലേക്കു കടക്കാൻ."

അകത്തേക്ക് ടോർച്ചടിച്ചുകൊണ്ട് മാസ്റ്റർ ഉള്ളിലേക്കു കടന്നു. പിന്നാലെ അമ്മുക്കുട്ടിയും, ദീപുവും, പിന്നെ അനീഷും അകത്തു കടന്നു.

അകത്തെ ഗുഹാഭിത്തിയൊക്കെത്തന്നെ മണ്ണുകൊണ്ട് മൂടിയിരുന്നു. അത് വൃത്തിയാക്കുക എളുപ്പമായിരുന്നില്ല.

"അതാ നോക്കൂ സാർ, ആരോ നിൽക്കുന്നു."

അമ്മു പേടിച്ചു നിലവിളിച്ചുകൊണ്ടു പറഞ്ഞു.

അതു കേട്ടപ്പോൾ ദീപുവും, മാസ്റ്ററുമൊക്കെ നടുങ്ങിപ്പോയി. ഈ ഗുഹയ്ക്കുള്ളിൽ ഒരാൾ? അതും ആർക്കും പ്രവേശിക്കാനാവാത്ത മൺഭിത്തിക്കുള്ളിൽ?

മാസ്റ്റർ പേടിയോടെ അങ്ങോട്ട് ടോർച്ചടിച്ചു നോക്കി. അതെ ആരോ നിൽക്കുന്നതുപോലെ! കൂടുതൽ ശ്രദ്ധയോടെ വീണ്ടും നോക്കിയപ്പോഴാണ് മനസ്സിലായത് അത് കരിങ്കൽ രൂപമാണെന്ന്. മാസ്റ്ററും കുട്ടികളും, വളരെ ശ്രദ്ധയോടെ എന്നാൽ ഉള്ളിൽ ഭയത്തോടെ ആ രൂപത്തിനടുത്തേക്കു നടന്നു.

പതിനെട്ട്

ചരിത്രാവതരണം

"ഹായ്.. കിട്ടിപ്പോയ്.. കൽവിഗ്രഹം കിട്ടിപ്പോയ്.."

ദീപു വിളിച്ചു പറഞ്ഞു.

"ശ്.. പതുക്കെപ്പറയൂ.. തുമ്പികൾ കേട്ടാൽ എല്ലാവരും കൂടെ അകത്തേക്കു വരും."

മാസ്റ്റർ ദീപുവിനെ തടഞ്ഞു. ഗുഹയുടെ ഉള്ളിലത്തെ അറയിൽ മൂലയിലുള്ളത് തുമ്പികൾ അന്വേഷിക്കുന്ന കൽവിഗ്രഹം തന്നെയായിരിക്കുമെന്ന് അവർ ഉറപ്പിച്ചു. പക്ഷേ, ആർക്കും അതിൽ സ്പർശിക്കാനുള്ള ധൈര്യമുണ്ടായിരുന്നില്ല.

"അതിപുരാതനമായ വിഗ്രഹമാണ്. വിവരങ്ങൾ ശരിയാണെങ്കിൽ ലക്ഷക്കണക്കിന് വർഷം പഴക്കമുള്ളത്. ഹോമോസാപിയൻസ് എന്ന പുതിയ മനുഷ്യവർഗ്ഗം ഉടലെടുക്കുന്നതിനും മുമ്പ് നിർമ്മിക്കപ്പെട്ടത്. ശ്രദ്ധിച്ചുവേണം കൈകാര്യം ചെയ്യാൻ."

മാസ്റ്ററുടെ നിർദ്ദേശപ്രകാരം അനീഷ് ശ്രദ്ധയോടെ വിഗ്രഹം കൈയിലെടുത്തു. അദ്ഭുതം. വളരെ ലോലമായൊരു തുണിയുടെതെന്നതുപോലെ ഭാരമില്ലാത്തതായിരുന്നു ആ വിഗ്രഹം. ഗുഹയ്ക്കകത്തല്ലായിരുന്നുവെങ്കിൽ കാറ്റിൽ പറന്നുപോകുമായിരുന്നു അത്.

"ഇതിന് തീരെ ഭാരമില്ലല്ലോ."

"അതെ. അതാണ് പറഞ്ഞത്. ഇതുതന്നെയാണ് തുമ്പികൾ അന്വേഷിക്കുന്ന വിഗ്രഹം."

"പക്ഷേ, ഇതിന് മനുഷ്യരൂപമൊന്നുമില്ലല്ലോ സാർ?"

"ഇത് അതി പുരാതനമായതല്ലേ ദീപൂ. ആ കാലത്ത് മനുഷ്യരൂപത്തിൽ വിഗ്രഹം തയ്യാറാക്കാനൊന്നുമുള്ള കഴിവ് മനുഷ്യനുണ്ടായിക്കൊള്ളണമെന്നില്ല. ഇത്രയും ഭാരം കുറഞ്ഞ ശിലാ വിഗ്രഹം നിർമ്മിച്ചതുതന്നെ അദ്ഭുതമല്ലേ?"

പൊടുന്നനെ ഗുഹയ്ക്കു പുറത്തുനിന്നും ഒരിരമ്പം കേട്ടു. തുമ്പികൾ ഗുഹയ്ക്കകത്തേക്ക് ഇരച്ചു കയറിവരികയാണോ? എങ്കിൽ അതിനുമുമ്പ്

പുറത്തെത്തണം. മാസ്റ്ററും, കുട്ടികളും, അനീഷും വേഗം ഗുഹയ്ക്കു പുറത്തേക്കു തപ്പിപ്പിടിച്ചു നടന്നു. ടോർച്ച് തെളിയിച്ചിരുന്നുവെങ്കിലും, ഗുഹയ്ക്കകത്തുള്ള കൂറ്റാക്കൂറ്റിരുട്ടിനുള്ളിൽ ടോർച്ചിന്റെ വെളിച്ചം അപര്യാപ്തമായിരുന്നു.

മാസ്റ്ററുടെ കൈയിലായിരുന്നു വിഗ്രഹമുണ്ടായിരുന്നത്. വിഗ്രഹവുമായി മാസ്റ്റർ ഗുഹയ്ക്കകത്തുനിന്നും പുറത്തേക്കു വന്നപ്പോൾ തുമ്പികൾ വലിയൊരാരവത്തോടെ വട്ടമിട്ടു പറക്കാൻ തുടങ്ങി. ജന്മജന്മാന്തരങ്ങളായുള്ള അവയുടെ അന്വേഷണത്തിന്റെ പരിസമാപ്തി. തലമുറകളായി അന്വേഷിച്ചു നടന്ന ശാപമോക്ഷത്തിനുള്ള മാർഗ്ഗം. തുമ്പികളുടെ സന്തോഷത്തിനും സ്നേഹപ്രകടനത്തിനും അതിരുകളുണ്ടായിരുന്നില്ല.

അവ കുട്ടികൾക്കു ചുറ്റും വട്ടമിട്ടു പറന്നു. വായുവിൽ നൃത്തംവച്ചു. കുട്ടികളുടെ കൈയിലും, ശരീരത്തിലും ചിറകുകളുരുമ്മി സ്നേഹം പ്രകടിപ്പിച്ചു. ദീപുവിന്റെ കൈയിൽ അവ പൊതിഞ്ഞുനിന്നു. ദീപുവിന് ആദ്യം പേടി തോന്നിയെങ്കിലും ഇത്തവണ വേദനയില്ലെന്നു കണ്ടപ്പോൾ അവൻ തുമ്പികളുടെ ചിറകുകളിൽ മെല്ലെ തലോടി.

തുമ്പികളുടെ സ്നേഹപ്രകടനവും ആഹ്ലാദപ്രകടനവും ഏറെനേരം നീണ്ടുനിന്നു. അവയ്ക്ക് കുട്ടികളുടെയും, മാസ്റ്ററുടെയും ചുറ്റും എത്ര വട്ടം ചുറ്റിപ്പറന്നിട്ടും മതിവരുന്നില്ലെന്നു തോന്നി.

''ശരി ശരി. നമുക്ക് പോകേണ്ടേ? വിഗ്രഹം ഞാൻ കൊണ്ടുപോകട്ടേ? നമ്മുടെ പുരാവസ്തു മ്യൂസിയത്തിൽ ഇത് വലിയൊരു മുതൽക്കൂട്ടാവും.''

അനീഷ് ചോദിച്ചതും, തുമ്പികളുടെ ഭാവം മാറി. അവ കൂട്ടമായി അനീഷിനുനേരെ കുതിച്ചു.

''അരുത്. വിഗ്രഹം ആരും ഒന്നും ചെയ്യില്ല. നിങ്ങളുടെതാണ് വിഗ്രഹം. നിങ്ങൾ കൊണ്ടുപോയിക്കോളൂ.''

മാസ്റ്റർ ഇടയ്ക്കുകയറിപ്പറഞ്ഞില്ലായിരുന്നുവെങ്കിൽ തീർച്ചയായും തുമ്പികൾ അനീഷിനെ ആക്രമിച്ചു കൊല്ലുമായിരുന്നുവെന്നു തോന്നി. അത്രയ്ക്കുണ്ടായിരുന്നു അവയുടെ ദേഷ്യം.

''ഇയാൾ അറിവില്ലാതെ പറഞ്ഞതല്ലേ. നിങ്ങളുടെ വിഗ്രഹം നിങ്ങൾ കൊണ്ടുപോയിക്കോളൂ.''

മാസ്റ്റർ പറഞ്ഞപ്പോൾ സമയം കളയാതെ തുമ്പികൾ വിഗ്രഹം അനായാസം എടുത്തു പൊക്കി. തുമ്പികൾ എല്ലാവരും ചേർന്നായിരുന്നു അത് ഉയർത്തിയത്. വിഗ്രഹത്തിൽ പൊതിഞ്ഞുകൊണ്ട് അവ ആകാശത്തേക്ക് പറന്നുയർന്നു. പിന്നെ ദൂരെ. ദൂരെ ഒരു പൊട്ടുപോലെ അവ മാനത്തെ മേഘങ്ങൾക്കിടയിൽ മറഞ്ഞു.

''ഹയ്യോ! തുമ്പികൾ പോയ്ക്കളഞ്ഞല്ലോ!''

''പിന്നില്ലാതെ, നമ്മൾ വിഗ്രഹം അവയ്ക്ക് കൊടുക്കില്ലെന്നവർ ഭയപ്പെട്ടുപോയിട്ടുണ്ടാവും. ലക്ഷക്കണക്കിന് വർഷങ്ങളായി, പല

തലമുറകളായി അന്വേഷിച്ചു നടക്കുന്ന വിഗ്രഹം കൈയിൽക്കിട്ടിയിട്ട് നഷ്ടപ്പെടുത്താൻ അവ തയ്യാറാകുമോ?''

''ഞാൻ ചോദിച്ചതാണ് പ്രശ്നമായത്. അല്ലെങ്കിൽ അവ ഇത്രവേഗം പോകില്ലായിരുന്നു.''

അനീഷിന്റെ വാക്കുകളിൽ കുറ്റബോധമുണ്ടായിരുന്നു.

''അതൊന്നും സാരമില്ല അനീഷ്. നീ കാര്യമറിയാതെ ചോദിച്ചതല്ലേ? നമുക്ക് വിഗ്രഹത്തിന്റെ ഒരു ഫോട്ടോ പോലും എടുക്കാൻ കഴിഞ്ഞില്ലല്ലോ എന്നോർക്കുമ്പോഴാ സങ്കടം.''

ശരിയായിരുന്നു. തിരക്കിനിടയിൽ വിഗ്രഹത്തിന്റെ ഫോട്ടോ എടുക്കാൻ മറന്നുപോയിരുന്നു എല്ലാവരും.

''അപ്പോൾ അന്വേഷണം കഴിഞ്ഞു. ഇനി ചരിത്രമെഴുത്താണ്. നാളെ മുതൽ നമുക്കത് ആരംഭിക്കണം.''

മാസ്റ്റർ പ്രഖ്യാപിച്ചു. അമ്മുവിനും ദീപുവിനും സംശയമുണ്ടായിരുന്നു ചരിത്രാന്വേഷണം കഴിഞ്ഞുവോ എന്ന്. അവൾ അത് ചോദിക്കുകയും ചെയ്തു.

“അപ്പോൾ നമ്മുടെ ചരിത്രാന്വേഷണം കഴിഞ്ഞോ സാർ?''

''പിന്നില്ലാതെ? അതിപ്രാചീനനായിരുന്ന മനുഷ്യന്റെ അധിവാസ കേന്ദ്രമായിരുന്നില്ലേ നമ്മുടെ വലിയങ്കര ഗ്രാമം. ഇത് പണ്ട് ആഫ്രിക്കൻ ഭൂഖണ്ഡത്തിന്റെ കാലമായിരുന്ന കാലം മുതൽത്തന്നെ ഇവിടെ മനുഷ്യ വാസമുണ്ടായിരുന്നു എന്നതിനു തെളിവല്ലേ ഈ ഗുഹയും, ഗുഹയിലെ ചിത്രങ്ങളും, പിന്നെ തുമ്പികളുടെ വിഗ്രഹം കണ്ടെത്തലുമൊക്കെ. പിന്നെ ഈയടുത്തകാലത്തെ കൃഷിജീവിതത്തെക്കുറിച്ചും, കച്ചവടത്തെക്കുറിച്ചും സാമൂഹ്യജീവിതത്തെക്കുറിച്ചുമൊക്കെ നിങ്ങൾ അഭിമുഖങ്ങളിലൂടെ വിവരങ്ങൾ ശേഖരിച്ചിട്ടില്ലേ?''

''ഉണ്ട് സാർ.''

''അങ്ങനെയെങ്കിൽ ശേഖരിച്ച വിവരങ്ങൾ വച്ചുകൊണ്ട് നമുക്ക് നാളെമുതൽ ചരിത്രമെഴുതിത്തുടങ്ങാം. അനീഷും നമ്മെ സഹായിക്കാനുണ്ടാകും. എന്താ അനീഷ്? ഞങ്ങളെ സഹായിക്കില്ലേ?''

''പിന്നെന്താ? തീർച്ചയായും സഹായിക്കും.''

''വർഷയ്ക്ക് എപ്പോഴാണ് ചരിത്രം അവതരിപ്പിക്കേണ്ടത്? എപ്പോഴാണ് പ്രോഗ്രാം?''

''ഈ മെയ് ഇരുപത്തിയേഴിനാണ് സാർ.''

''അപ്പോൾ ഇന്ന് മെയ് ഇരുപത്തിമൂന്ന്. മൂന്നുദിവസം കൂടിയേയുള്ളൂ. നാലാമത്തെ ദിവസം പ്രോഗ്രാമാണ് അല്ലേ?''

''അതേ സാർ.''

''അപ്പോൾ ഇനി ഇത്തിരിപ്പോലും സമയം നമുക്ക് വെറുതെ കളയാനില്ല. ഇനിയുള്ള മൂന്നുദിവസങ്ങൾ കൊണ്ട് പൂർണ്ണമായും എഴുതിത്തയ്യാറാക്കണം. ആതിരയെക്കൊണ്ട് ആവശ്യമുള്ള ചിത്രങ്ങൾ വരപ്പിക്കണം.''

''ചിത്രങ്ങളൊക്കെ ഞങ്ങൾ ആതിരയെക്കൊണ്ട് ഇതിനകംതന്നെ വരപ്പിച്ചു കഴിഞ്ഞു സാർ.''

''ശരി അങ്ങനെയാണെങ്കിൽ നാളെക്കാണാം.''

അപ്പോഴേക്കും സംസാരിച്ച് സംസാരിച്ച് അവർ മാസ്റ്ററുടെ വീട്ടിനു മുന്നിലെത്തിക്കഴിഞ്ഞിരുന്നു.

വീട്ടിലേക്കു പോകുമ്പോൾ ആതിരയുടെ വീട്ടിലൂടെയാണവർ പോയത്. ആതിരയോട് തുമ്പികൾക്ക് വിഗ്രഹം കണ്ടെടുത്തുകൊടുത്തതിന്റെ വിശേഷങ്ങൾ പറയാനായിരുന്നു അത്. പക്ഷേ, അവിടെയെത്തിയപ്പോഴല്ലേ അദ്ഭുതം! അവരേക്കാൾ മുമ്പ് തുമ്പികൾ അവിടെയെത്തിയിരുന്നുവത്രെ. അവളെക്കണ്ട് ചുറ്റും പറന്ന്, നൃത്തംവച്ച് നന്ദിയറിയിച്ചാണത്രെ അവർ പറന്നുപോയത്. തുമ്പികളുടെ ഔപചാരികതയെയും, നന്ദിയേയും, സ്നേഹത്തെയും അമ്മുക്കുട്ടി മനസ്സുകൊണ്ട് അഭിനന്ദിച്ചു.

അടുത്ത മൂന്നു ദിവസങ്ങൾ കൊണ്ട് മാസ്റ്റർ പറഞ്ഞതുപോലെ, പുരാവസ്തുശാസ്ത്രവിദ്യാർത്ഥി അനീഷിന്റെ സഹായത്തോടെ അവർ ചരിത്ര രചന പൂർത്തിയാക്കി. രചിച്ച ചരിത്രഗ്രന്ഥത്തിന് അമ്മുക്കുട്ടിയിട്ട പേര് 'ആഫ്രിക്കൻ തുമ്പികൾ' എന്നായിരുന്നു.

മെയ് ഇരുപത്തിയേഴിന് രാവിലെ ജില്ലാ വിദ്യാഭ്യാസ ഓഫീസ് ഹാളിൽ നടന്ന വിപുലമായ ചടങ്ങിൽ അമ്മുക്കുട്ടി തയ്യാറാക്കിയ പ്രാദേശിക ചരിത്രം അവതരിപ്പിക്കപ്പെട്ടു. തുമ്പികളുടെ ശാപകഥയും, അവയുടെ വിഗ്രഹാന്വേഷണവും, അവർ ഈ വലിയങ്കര ഗ്രാമത്തിലെ വച്ച് അതി പ്രാചീനമായ കൽവിഗ്രഹം കണ്ടെത്തിയതും, വലിയങ്കര ഗ്രാമം ലക്ഷക്കണക്കിനു വർഷങ്ങൾക്കു മുമ്പുതന്നെ മനുഷ്യവാസമുണ്ടായിരുന്ന സ്ഥലമായിരുന്നുവെന്ന കണ്ടെത്തലുമൊക്കെ അവിടെ കൂടിയ വിദ്യാർത്ഥികളെയും, അദ്ധ്യാപകരെയും, വിദ്യാഭ്യാസ വിചക്ഷണൻമാരെയും, ചരിത്രകാരൻമാരെയുമൊക്കെ വിസ്മയിപ്പിച്ചു.

''വർഷ, വളരെ നന്നായിരിക്കുന്നു. സമ്മാനം നിനക്കു തന്നെയായിരിക്കും.''

ചരിത്രാവതരണത്തിനു ശേഷം ഓടിയെത്തിയ അമ്മുക്കുട്ടിയുടെ അദ്ധ്യാപകൻ സാബുസാർ അവളെ അഭിനന്ദിച്ചു. പ്രതീക്ഷിച്ചതുപോലെ അമ്മുക്കുട്ടിക്കു തന്നെയായിരുന്നു ഒന്നാം സ്ഥാനം.

സമ്മാനദാനവേദിയിൽ വർഷയ്ക്കൊപ്പം, സഹായികളായ ദീപുവിനെയും, ആതിരയെയും, ഗൈഡായ പ്രകാശൻ മാസ്റ്ററെയും, അനീഷിനെയുമൊക്കെ ആദരിക്കുകയുണ്ടായി. സമ്മാനദാനത്തിനൊടുവിൽ

അവതരണം

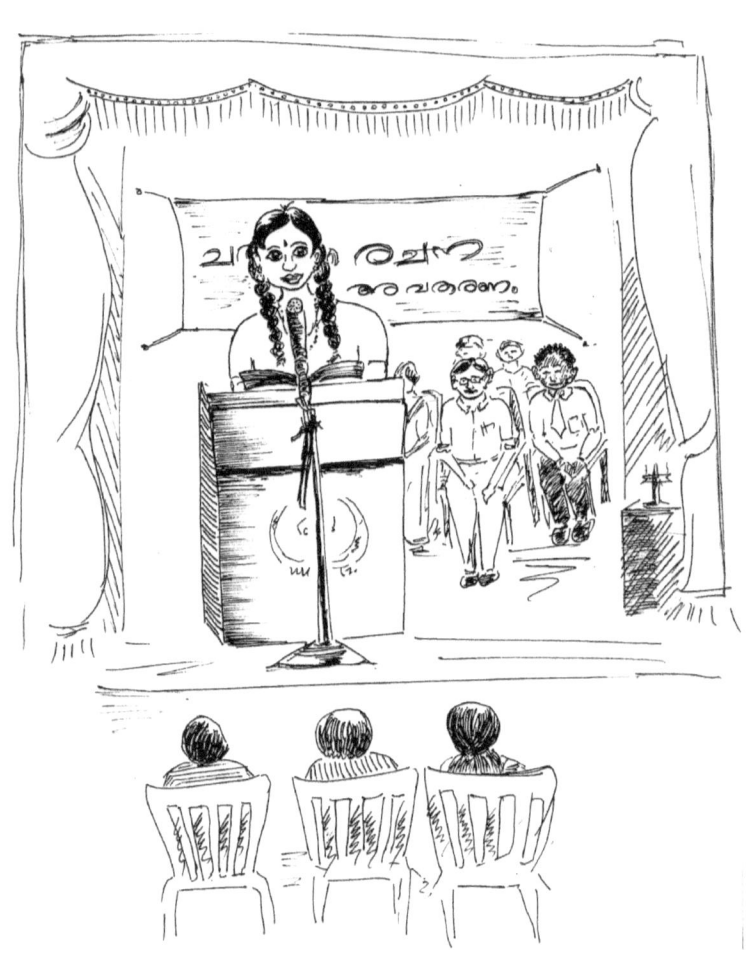

വേദിയിൽ രാവിലെമുതൽ ഉണ്ടായിരുന്ന നീഗ്രോ വംശജനായ മുഖ്യാതിഥി എഴുന്നേറ്റു. കെനിയയിൽ നിന്നെത്തിയ പ്രമുഖ ചരിത്രകാരനായിരുന്നു അദ്ദേഹം. രാവിലെ മുതലുള്ള ചരിത്രാവതരണങ്ങളൊക്കെ ശ്രദ്ധാപൂർവ്വം അദ്ദേഹം വീക്ഷിക്കുകയും ചിലതൊക്കെ കുറിച്ചെടുക്കുന്നുമുണ്ടായിരുന്നു. അദ്ദേഹം മൈക്കിനടുത്തെത്തി പ്രഭാഷണമാരംഭിച്ചു.

പ്രസംഗത്തിൽ നീഗ്രോ വംശജനായ കെനിയൻ ചരിത്രകാരൻ വർഷയുടെ പേരെടുത്ത് പറഞ്ഞ് അഭിനന്ദിച്ചു. അദ്ദേഹം പറഞ്ഞു.

''ഞങ്ങളുടെ നാട്ടിൽ പ്രചാരമുണ്ടായിരുന്നൊരു നാടോടി കഥയുമായി ബന്ധപ്പെട്ട കാര്യങ്ങളാണ് വർഷ എന്ന പെൺകുട്ടി ഇവിടെ പറഞ്ഞത്. പൗരാണിക ഈജിപ്ഷ്യൻ ഹൈറോഗ്ലിഫിക്സ് രേഖകളിലൊക്കെ ആ കഥയെക്കുറിച്ച് പരാമർശമുണ്ടായിരുന്നുവെങ്കിലും ഇന്നേവരെ ചരിത്രപരമായി തെളിയിക്കപ്പെട്ടിട്ടുണ്ടായിരുന്നില്ല. മിലെസ് ഗോത്രവർഗ്ഗം എന്ന ആഫ്രിക്കൻ ജനതയുടെ പൂർവ്വികരായി കണക്കാക്കപ്പെടുന്ന മനുഷ്യരെപ്പറ്റിയുള്ള അതിപ്രധാനമായ വിവരങ്ങളാണ് ഈ കുട്ടി കണ്ടെത്തിയിരിക്കുന്നത്. ഇത് ലോകചരിത്രത്തിനു തന്നെ മുതൽക്കൂട്ടാണ്. ഈ കുട്ടിയെ എത്ര അഭിനന്ദിച്ചാലും മതിയാവില്ല.''

കെനിയൻ പ്രൊഫസർ വർഷയെ ചേർത്തുപിടിച്ച് അഭിനന്ദിച്ചു. അപ്പോൾ എല്ലാവരും എഴുന്നേറ്റുനിന്നു കൈയടിച്ചു. അമ്മുക്കുട്ടിക്കും ദീപുവിനും പ്രകാശൻ മാസ്റ്റർക്കും സന്തോഷം നിയന്ത്രിക്കാനാവുന്നുണ്ടായിരുന്നില്ല. അവരുടെ കണ്ണുകൾ സന്തോഷംകൊണ്ട് നിറഞ്ഞൊഴുകി. അമ്മുക്കുട്ടിയുടെ അമ്മയും അച്ഛനും, ദീപുവിന്റെ അച്ഛനുമൊക്കെ സദസ്സിലിരിക്കുന്നുണ്ടായിരുന്നു. അവരും കണ്ണുകളൊപ്പി.

''വർഷ, ആ തുമ്പികൾക്ക് പിന്നീടെന്തു സംഭവിച്ചിട്ടുണ്ടാകും? അവ വീണ്ടും ഇവിടേക്കു വരുമോ?''

അമ്മുക്കുട്ടിയുടെ അദ്ധ്യാപകന്റേതായിരുന്നു ചോദ്യം.

''തുമ്പികളൊക്കെ ആഫ്രിക്കയിലെത്തി വിഗ്രഹം സൂര്യദേവന് സമർപ്പിച്ച് ശാപമോക്ഷം നേടിയിട്ടുണ്ടാവും. ആ തുമ്പികളൊക്കെയിപ്പോൾ വീണ്ടും മനുഷ്യരായി പരിണമിച്ചുകഴിഞ്ഞിരിക്കും.''

അമ്മുക്കുട്ടിയുടെ മറുപടികേട്ട് കെനിയൻ പ്രൊഫസർ ചിരിച്ചു. ഗൂഢമായൊരു ചിരി. അമ്മുക്കുട്ടി അദ്ദേഹത്തിന്റെ മുഖത്തേക്കു വിസ്മയത്തോടെ നോക്കി. ആ മുഖത്തിന് തുമ്പിയുടെ ഛായയുണ്ടോ? ധരിച്ചിരിക്കുന്ന കറുത്ത കോട്ടിനുള്ളിൽ മഴവിൽച്ചിറകുകൾ ഒളിപ്പിച്ചു വച്ചിട്ടുണ്ടോ?

■

ശ്രീജിത്ത് മൂത്തേടത്ത്

കോഴിക്കോട് ജില്ലയിലെ ഭൂമിവാതുക്കലിൽ 1978 മാർച്ച് 31ന് ജനനം. അച്ഛൻ: പി.എം. ഭാസ്കരൻ മാസ്റ്റർ. അമ്മ: ഒ.കെ. നളിനി. വാണിമേൽ ക്രസന്റ് ഹൈസ്കൂളിലും കാലിക്കറ്റ് യൂണിവേഴ്സിറ്റി, ഗോഹട്ടി യൂണിവേഴ്സിറ്റി, അണ്ണാമലൈ യൂണിവേഴ്സിറ്റി എന്നിവിടങ്ങളിലുമായി വിദ്യാഭ്യാസം. ചരിത്രത്തിലും രാഷ്ട്രതന്ത്രത്തിലും ബിരുദാനന്തര ബിരുദം. ഇപ്പോൾ തൃശൂർ ജില്ലയിലെ ചേർപ്പ് സി.എൻ.എൻ. ബോയ്സ് ഹൈസ്കൂളിൽ സാമൂഹ്യശാസ്ത്രം അധ്യാപകനായി ജോലി ചെയ്യുന്നു. കഥകളും നോവലും പ്രസിദ്ധീകരിച്ചിട്ടുണ്ട്.

പുരസ്കാരങ്ങൾ: മനോരമ ബാലജനസഖ്യം മുല്ലനേഴി പുരസ്കാരം (2012), ആസ്വാദനത്തിന്റെ അധ്യായങ്ങൾ' എന്ന കഥയ്ക്ക് മികച്ച ബ്ലോഗ് രചനയ്ക്കുള്ള നന്മ പുരസ്കാരം (2013), മുംബൈ ഗ്രീൻ നാച്ചർ ഫൗണ്ടേഷൻ എൻവിയോൺമെന്റ് അവാർഡ് (2014), അങ്കണം കഥാ പുരസ്കാരം.

ഗ്രീൻ ബുക്സ് പ്രസിദ്ധീകരിച്ച
ഗ്രന്ഥകർത്താവിന്റെ ഇതര കൃതി

കുരുവികളുടെ ലോകം (കുട്ടികളുടെ നോവൽ)

www.ingramcontent.com/pod-product-compliance
Lightning Source LLC
LaVergne TN
LVHW041533070526
838199LV00046B/1650
* 9 7 8 9 3 8 6 4 4 0 3 2 7 *